Découvrez des Jeux Gratuits en Ligne

Disponible Ici :

BestActivityBooks.com/FREEGAMES

5 ASTUCES POUR DÉMARRER !

1) COMMENT RÉSOUDRE LES MOTS MÊLÉS

Les puzzles sont dans un format classique :

- Les mots sont cachés sans espaces, tirets, ...
- Orientation : Les mots peuvent être écrits en avant, en arrière, vers le haut, vers le bas ou en diagonale (ils peuvent être inversés).
- Les mots peuvent se chevaucher ou se croiser.

2) UN APPRENTISSAGE ACTIF

Un espace est prévu à côté de chaque mots pour noter la traduction. Pour favoriser un apprentissage actif un **DICTIONNAIRE** à la fin de cette édition vous permettra de vérifier et étendre vos connaissances. Cherchez et notez les traductions, trouvez-les dans le Puzzle et ajoutez-les à votre vocabulaire !

3) MARQUEZ LES MOTS

Vous pouvez inventer votre propre système de marquage. Peut-être en utilisez-vous déjà un ? Sinon, vous pourriez, par exemple, marquer les mots qui ont été difficiles à trouver d'une croix, ceux que vous avez aimés d'une étoile, les mots nouveaux d'un triangle, les mots rares d'un diamant, etc...

4) STRUCTUREZ VOTRE APPRENTISSAGE

Cette édition vous offre un **CARNET DE NOTES** très pratique à la fin du livre. En vacances ou en voyage ou à la maison, vous pouvez facilement organiser vos nouvelles connaissances sans avoir besoin d'un second bloc-notes !

5) VOUS AVEZ FINI TOUTES LES GRILLES ?

Allez à la section bonus **CHALLENGE FINAL** pour trouver un jeu gratuit à la fin de cette édition !

Simple et Rapide ! Découvrez notre collection de livres d'activités pour votre prochain moment de détente et **d'apprentissage**, à juste un clic de distance !

Trouvez votre prochain défi sur :

BestActivityBooks.com/MonProchainLivre

À vos marques, prêts... Partez !

Saviez-vous qu'il existe environ 7 000 langues différentes dans le monde ? Les mots sont précieux.

Nous aimons les langues et avons travaillé dur pour créer les livres de la plus haute qualité pour vous. Nos ingrédients ?

Une sélection des thématiques d'apprentissage adaptée, trois belles parts de divertissement, puis nous ajoutons une cuillère de mots difficiles et une pincée de mots rares. Nous les servons avec soin et un maximum de plaisir pour vous permettre de résoudre les meilleurs jeux de mots mêlés qui soient et d'apprendre en vous amusant !

Votre avis est essentiel. Vous pouvez participer activement au succès de ce livre en nous laissant un commentaire. Nous aimerions vraiment savoir ce que vous avez préféré dans cette édition !

Voici un lien rapide qui vous mènera à la page d'évaluation de vos commandes :

BestBooksActivity.com/Avis50

Merci pour votre aide et amusez-vous bien !

De la part de toute l'équipe

1 - Adjectifs #2

อ	ม	อี	ช	อื	อ่	อ	เ	ส	อี	ย	ง	ณ	ผ
อุ	ถ	ณ	ะ	น	แ	ห	อ้	ง	ย	า	ษ	ท	น
ด	ส	ร	อ้	า	ง	ส	ร	ร	ค์	ผ	ว	ม
ม	ง	อ่	ว	ง	น	อ	น	บ	ะ	ฟ	ไ	ใ	ภ
ส	น	ต	อิ	า	ช	ม	ร	ร	ธ	น	อ๊	ป	เ
ม	ป	อ่	บ	อ	ช	ด	ผ	อิ	บ	อ้	ร	ป	แ
บ	ภ	อ่	า	ฟ	ส	ะ	ว	ส	ซ	ษ	แ	อ่	ข
อู	อู	า	า	ส	อ	พ	ญ	อุ	เ	ค	อ๊	ม	อ๊
ร	ม	ก	ฉ	ด	น	ส	บ	ท	ศ	ศ	ต	ห	ง
ณ	อิ	ธ	ย	พ	ช	ใ	แ	ธ	ช	แ	ผ	ไ	แ
์	ไ	ห	อิ	แ	ท	อ้	จ	อิ	ต	ซ	ถ	ญ	ร
ซ	จ	ก	พ	บ	ฉ	ส	ณ	์	ม	ผ	จ	ป	ง
ส	ง	อ่	า	อ	า	อ่	ม	า	ร	ด	ญ	ม	ข
น	ช	ช	ภ	จ	ศ	ย	ท	ร	ง	พ	ล	อ้	ง

แท้ 　　　　　　　　　　　 อุดมสมบูรณ์
มีชื่อเสียง 　　　　　　　　 ทรงพลัง
สร้างสรรค์ 　　　　　　　　 บริสุทธิ์
ธิบาย 　　　　　　　　　　 รับผิดชอบ
ดราม่า 　　　　　　　　　　 แข็งแรง
สง่า 　　　　　　　　　　　 เค็ม
ภูมิใจ 　　　　　　　　　　 ป่า
น่าสนใจ 　　　　　　　　　 แห้ง
เป็นธรรมชาติ 　　　　　　　 ง่วงนอน
ใหม่

2 - Force et Gravité

ก	น	ศ	ค	ก	ย	โ	ร	เ	ณ	ธ	พ	ฝ	ฟ
า	้	ู	ฺ	า	พ	ก	ม	ะ	ส	า	ก	ล	ม
ร	ำ	น	ณ	ร	ล	ล	ธ	เ	ย	เ	ม	ไ	ป
เ	ห	ย	ส	ค	ว	ศ	ว	ไ	ม	ะ	ว	ณ	ว
ค	น	์	ม	้	ั	า	ง	ล	แ	น	ท	ล	ส
ล	ั	ก	บ	น	ต	ส	โ	ห	จ	ั	ต	า	า
ื	ก	ล	ั	พ	ค	ต	ค	ณ	เ	ด	ต	้	ง
่	ญ	า	ต	บ	ย	ร	จ	ไ	ษ	ม	ะ	อ	ม
อ	ร	ง	ิ	ท	ด	์	ร	ฟ	ถ	า	เ	ธ	ถ
น	แ	ม	่	เ	ห	ล	็	ก	ส	ว	ฉ	ป	ไ
ไ	ผ	ล	ก	ร	ะ	ท	บ	ย	แ	ค	ล	ก	ไ
ห	ล	พ	แ	ไ	ค	ฉ	ส	์	ก	ส	ิ	ิ	ฟ
ว	ค	ว	า	ม	เ	ร	็	ว	น	ด	อ	ว	พ
ก	แ	ร	ง	เ	ส	ี	ย	ด	ท	า	น	ว	ร

แกน
ศูนย์กลาง
การค้นพบ
ระยะทาง
พลวัต
โมเมนตัม
แรงเสียดทาน
ผลกระทบ
แม่เหล็ก
กลศาสตร์

การเคลื่อนไหว
วงโคจร
ฟิสิกส์
น้ำหนัก
ความดัน
คุณสมบัติ
เวลา
สากล
ความเร็ว

3 - Adjectifs #1

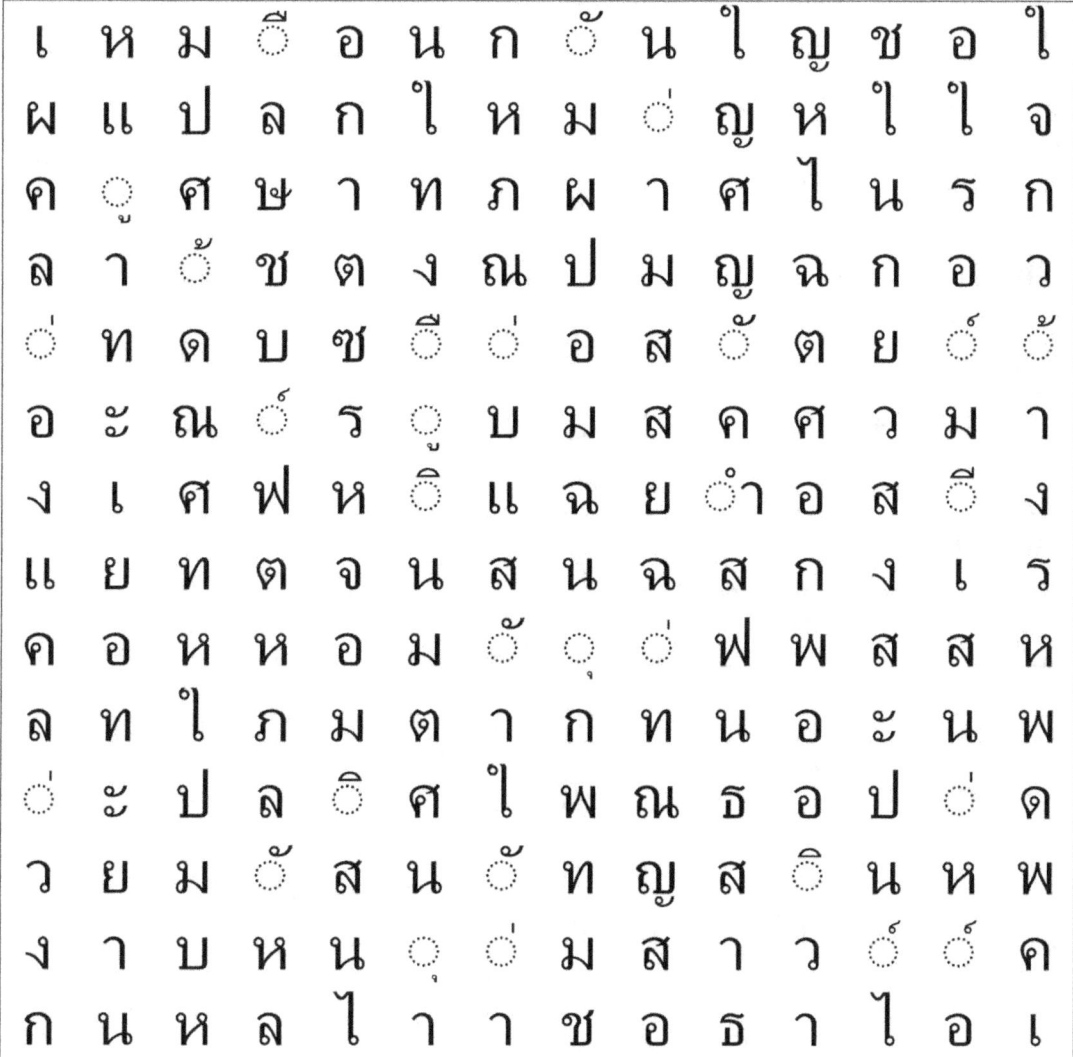

เ	ห	ม	ือ	อ	น	ก	ั่น	น	ใ	ญ	ช	อ	ไ
ผ	แ	ป	ล	ก	ไ	ห	ม	์	ญ	ห	ไ	ไ	จ
ค	ู	ศ	ษ	า	ท	ภ	ผ	า	ศ	ไ	น	ร	ก
ล	า	้	ช	ต	ง	ณ	ป	ม	ญ	ฉ	ก	อ	ว
่	ท	ด	บ	ซ	ือ	่	อ	ส	ั	ต	ย	์	้
อ	ะ	ณ	์	ร	ู	บ	ม	ส	ค	ศ	ว	ม	า
ง	เ	ศ	ฟ	ห	ิ	แ	ฉ	ย	ำ	อ	ส	ือ	ง
แ	ย	ท	ต	จ	น	ส	น	ฉ	ส	ก	ง	เ	ร
ค	อ	ห	ห	อ	ม	้	ุ	่	ฟ	พ	ส	ส	ห
ล	ท	ไ	ภ	ม	ต	า	ก	ท	น	อ	ะ	น	พ
่	ะ	ป	ล	ิ	ศ	ไ	พ	ณ	ธ	อ	ป	่	ด
ว	ย	ม	ั	ส	น	ั	ท	ญ	ส	ิ	น	ห	พ
ง	า	บ	ห	น	ุ	่	ม	ส	า	ว	์	์	ค
ก	น	ห	ล	ไ	า	า	ช	อ	ธ	า	ไ	ไ	เ

แน่นอน	ซื่อสัตย์
คล่องแคล่ว	เหมือนกัน
ทะเยอทะยาน	สำคัญ
หอม	ผู้บริสุทธิ์
ศิลปะ	หนุ่มสาว
มีเสน่ห์	ช้า
สวย	หนัก
แปลกใหม่	บาง
ใหญ่	ทันสมัย
ใจกว้าง	สมบูรณ์

4 - Instruments de Musique

ท	ช	ก	ค	ศ	บ	ษ	เ	ค	ฉ	ฆ	ศ	ธ	ก
ซ	ร	ร	ภ	ธ	ย	อ่	อุ	ล	ข	อ	อั้	ง	ท
ถ	ค	อ	แ	ะ	ภ	ล	ไ	า	ข	ต	แ	อ	ไ
ย	ณ	บ	ม	ง	ฆ	อั้	ะ	ร	อื	ต	ม	า	ง
น	อิ	ล	อ	โ	ว	ไ	า	อิ	ก	ฝ	น	ก	ภ
โ	ก	ล	อ	ง	บ	ธ	ต	เ	อื	ว	โ	อั้	ม
ย	โ	ซ	ท	ฟ	พ	น	ถ	น	ต	ซ	ด	น	ว
อื	ไ	อ	ป	อ	แ	ต	ร	อ็	า	ง	ล	อิ	ห
ป	อ	ล	โ	ล	ช	เ	ฉ	ต	ร	ท	อิ	ม	เ
เ	ล	ร	ล	บ	ะ	ช	ง	จ	อ์	อ	น	โ	พ
แ	ซ	ก	โ	ซ	โ	ฟ	น	โ	ฮ	า	ร	อ์	ป
ป	อื	อ่	บ	า	ส	ซ	อุ	น	น	ส	า	ร	ษ
ณ	ท	พ	ไ	น	ร	อื	อุ	บ	ม	ท	แ	า	ไ
ม	า	ร	อิ	ม	บ	า	แ	แ	เ	แ	ฝ	ฮ	ท

แบนโจ	แมนโดลิน
ปี่บาสซูน	มาริมบา
ตีระฆัง	เปียโน
คลาริเน็ต	แซกโซโฟน
ขลุ่ย	กลอง
ฆ้อง	แทมบรีน
กีตาร์	ทรอมโบน
ฮาร์โมนิก้า	แตร
ฮาร์ป	ไวโอลิน
โอโบ	เชลโล

5 - Échecs

ม	ป	อ	ฉ	ไ	เ	ฟ	ว	ฉ	ภ	ด	ช	จ	พ
ม	ง	เ	ฝ	ห	ร	ส	อ	ผ	ต	ไ	ฝ	ร	ห
ใ	ถ	ผ	ร	อ	อี	ส	ข	ค	ฝ	ถ	ด	ว	เ
แ	ช	ม	ป	์	ย	ส	อี	ด	ำ	น	บ	น	ษ
ธ	ก	ไ	า	ช	น	อี	ว	ค	อ	ุ	ท	ิ	ศ
ค	า	ด	แ	ง	ร	อ	า	ล	ว	เ	แ	ง	ร
ะ	ร	ต	พ	ฝ	ู	ง	ข	่	แ	่	ุ	ค	จ
แ	แ	ฟ	ฉ	ด	้	ผ	ุ	้	เ	ล	่	น	า
น	ข	ณ	ม	า	ก	ษ	้	ต	ร	ิ	ย	์	ร
น	่	ฏ	ก	ล	ย	ุ	ท	ธ	์	ป	ไ	ฝ	ู
อ	ง	ว	เ	ฉ	ข	ษ	ภ	ใ	ฟ	ษ	ป	ย	ต
ด	ข	ฉ	ท	ค	ว	า	ม	ท	้	า	ท	า	ย
ฟ	้	ค	เ	ส	้	น	ท	แ	ย	ง	ม	ุ	ม
ไ	น	ท	ว	บ	ซ	น	ส	ผ	ด	ซ	ภ	ด	ฝ

คู่แข่ง
เรียนรู้
ขาว
แชมป์
ความท้าทาย
เส้นทแยงมุม
ฉลาด
เกม
ผู้เล่น
สีดำ

รู้
คะแนน
ควีน
กฎ
กษัตริย์
อุทิศ
กลยุทธ์
เวลา
การแข่งขัน

6 - Herboristerie

เ	ผ	ด	ร	อ	ว	ย	ืี	ข	เ	ห	ถ	ล	ท
ม	ผ	อ	ธ	ส	ท	ย	ว	ช	ป	ญ	ห	า	า
ํ	ฉ	ก	ส	ม	ช	น	ช	ว	ํ	้	ะ	เ	ร
ด	ม	ไ	ว	ร	ิ	า	ท	ฝ	น	า	ก	ว	์
ย	ร	ม	น	ง	ษ	น	ต	ซ	ป	ฝ	ร	น	ร
ี	แ	้	ณ	อ	ร	ไ	ต	ิ	ร	ร	ะ	เ	า
่	จ	ม	ห	ก	ฉ	ั	ณ	์	ะ	้	เ	ด	ก
ห	โ	ห	ร	ะ	พ	า	่	ณ	โ	่	ท	อ	อ
ร	์	ค	ฺ	ณ	ภ	า	พ	ฝ	ย	น	ื	ร	น
่	ร	ง	ไ	า	ย	ง	ส	จ	ช	ด	ย	์	ส
า	า	อ	ไ	ส	ต	ย	ง	ธ	น	ื	ม	อ	ห
ม	ม	ส	ผ	น	ว	่	ส	ก	์	พ	ก	พ	ห
ก	า	ร	ท	ำ	อ	า	ห	า	ร	ผ	ณ	ั	ข
ไ	ธ	ม	์	โ	ร	ส	แ	ม	ร	ื	่	บ	ผ

กระเทียม	ลาเวนเดอร์
หอม	มาร์โจแรม
โหระพา	มินต์
เป็นประโยชน์	ผักชีฝรั่ง
การทำอาหาร	คุณภาพ
ทาร์รากอน	โรสแมรี่
เม็ดยี่หร่า	หญ้าฝรั่น
ดอกไม้	รสชาติ
ส่วนผสม	ไธม์
สวน	เขียว

7 - Véhicules

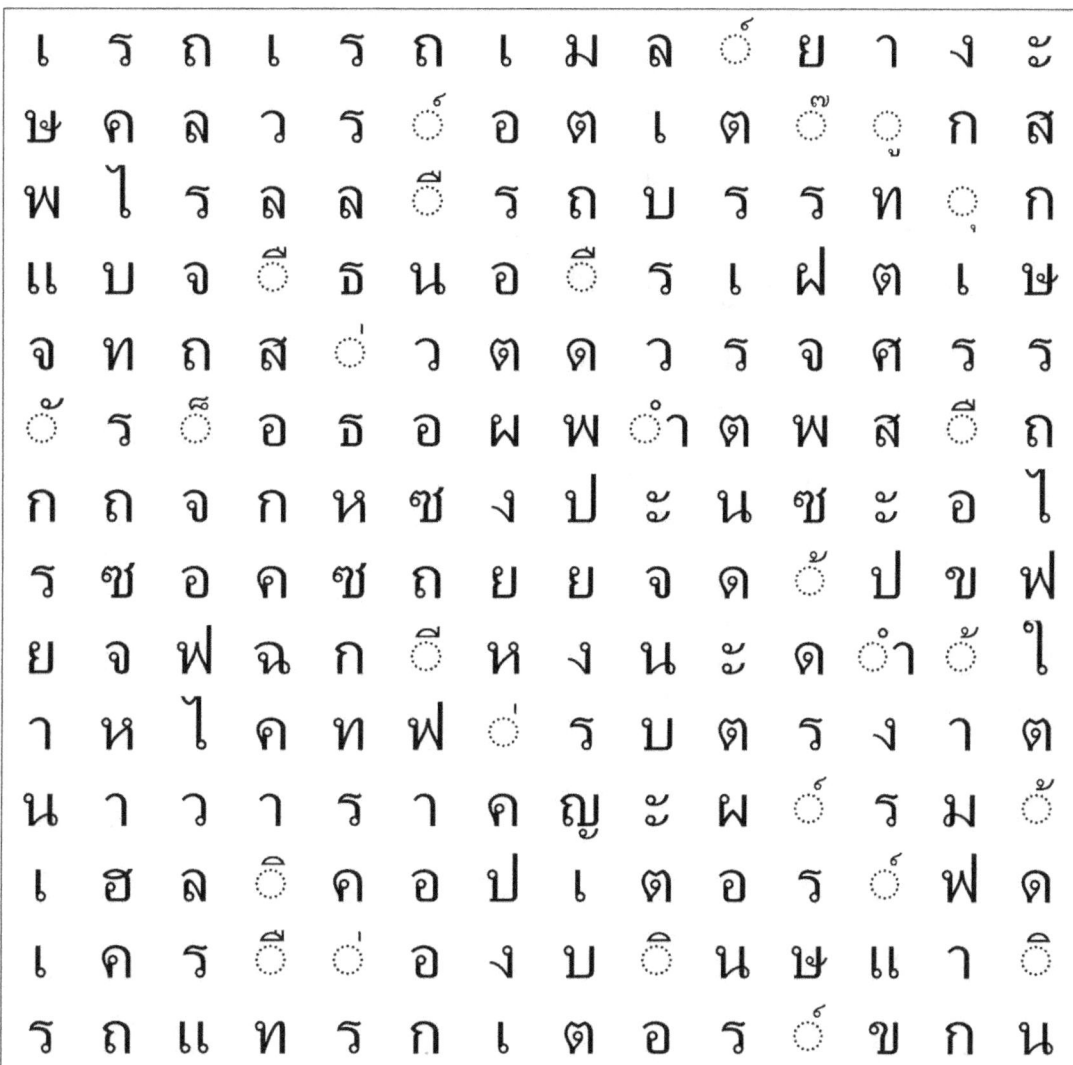

เครื่องบิน	เครื่องยนต์
เรือ	ยาง
รถเมล์	แพ
รถบรรทุก	สกู๊ตเตอร์
คาราวาน	เรือดำน้ำ
เรือข้ามฟาก	แท็กซี่
จรวด	รถแทรกเตอร์
เฮลิคอปเตอร์	จักรยาน
รถไฟใต้ดิน	รถ

8 - Camping

สัตว์   อุปกรณ์

ต้นไม้   ไฟ

การผจญภัย   ป่า

เข็มทิศ   เปลญวน

ห้าง   แมลง

แคนู   ทะเลสาบ

แผนที่   ดวงจันทร์

หมวก   ภูเขา

ล่าสัตว์   ธรรมชาติ

เชือก   เต็นท์

9 - Écologie

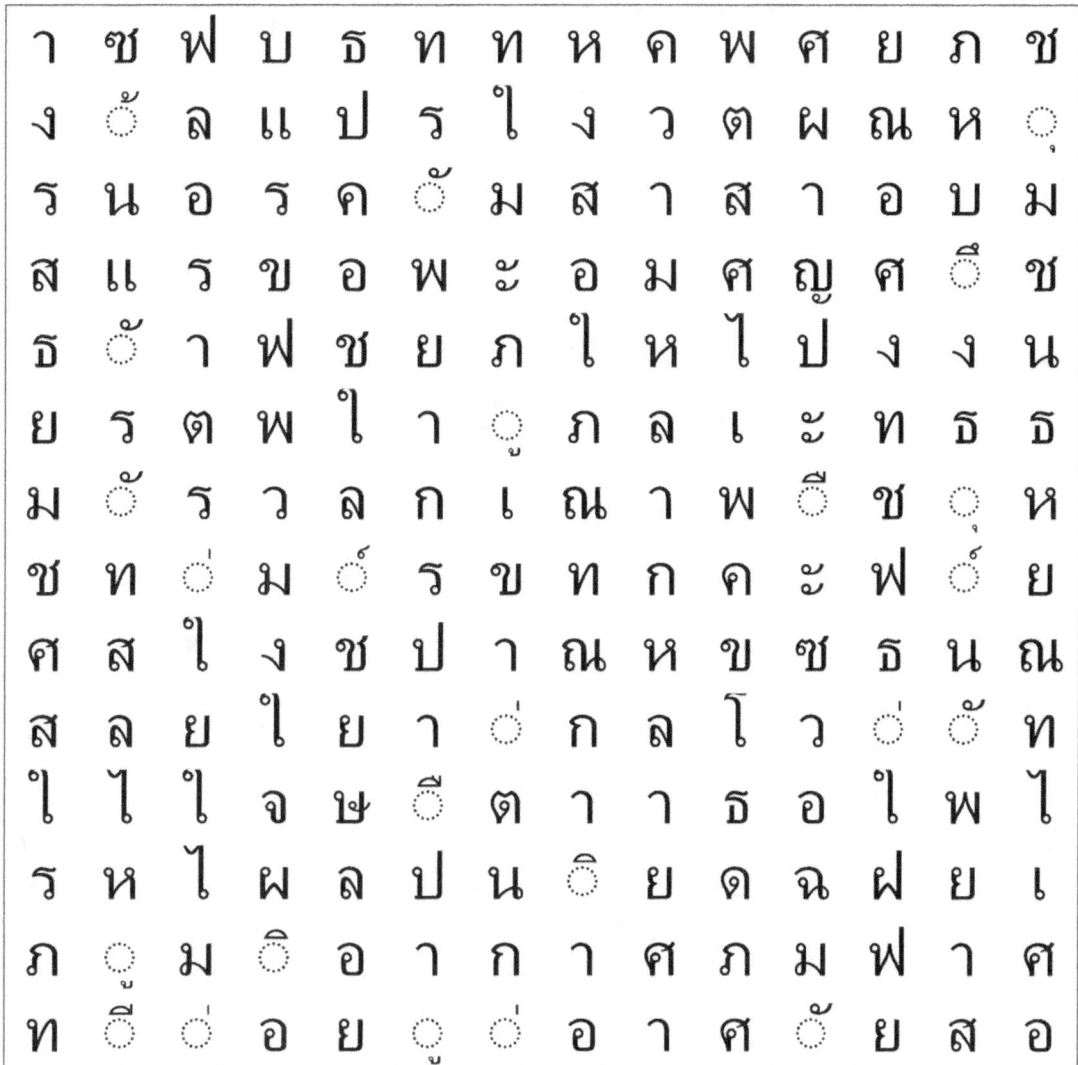

า	ซ	ฟ	บ	ธ	ท	ท	ห	ค	พ	ศ	ย	ภ	ช
ง	ั้	ล	แ	ป	ร	ไ	ง	ว	ต	ผ	ณ	ห	ุ
ร	น	อ	ร	ค	ั้	ม	ส	า	ส	า	อ	บ	ม
ส	แ	ร	ข	อ	พ	ะ	อ	ม	ศ	ญ	ศ	ื้	ช
ธ	ั้	า	ฟ	ช	ย	ภ	ใ	ห	ไ	ป	ง	ง	น
ย	ร	ต	พ	ใ	า	ู	ภ	ล	เ	ะ	ท	ธ	ธ
ม	ั้	ร	ว	ล	ก	เ	ณ	า	พ	ื้	ช	ุ	ห
ช	ท	่	ม	์	ร	ข	ท	ก	ค	ะ	ฟ	์	ย
ศ	ส	ใ	ง	ช	ป	า	ณ	ห	ข	ซ	ธ	น	ณ
ส	ล	ย	ใ	ย	า	่	ก	ล	โ	ว	่	ั้	ท
ใ	ไ	ใ	จ	ษ	ื้	ต	า	ธ	อ	ไ	พ	ไ	
ร	ห	ไ	ผ	ล	ป	น	ิ	ย	ด	ฉ	ฝ	ย	เ
ภ	ุ	ม	ิ	อ	า	ก	า	ศ	ภ	ม	ฟ	า	ศ
ท	ื	่	อ	ย	ุ	่	อ	า	ศ	ั้	ย	ส	อ

อาสาสมัคร　　　　　ที่อยู่อาศัย
ภูมิอากาศ　　　　　　บึง
ชุมชน　　　　　　　ทะเล
ความหลากหลาย　　　ภูเขา
ยั่งยืน　　　　　　　ธรรมชาติ
สายพันธุ์　　　　　　ทรัพยากร
สัตว์ป่า　　　　　　　แล้ง
ฟลอรา　　　　　　　พืช
ทั่วโลก

10 - Géométrie

ส	ส	พ	ม	◌ุ	ม	ล	ก	ง	ว	ไ	ท	ต	ค
ผ	ม	า	◌ี	เ	ส	◌้	น	โ	ค	◌้	ง	◌้	ว
ฝ	น	ก	ม	◌้	ข	น	า	น	ม	ต	ข	ว	า
ถ	ย	ถ	า	เ	น	า	ฐ	ย	ธ	◌้	ม	เ	ม
ฉ	ไ	ย	ษ	ร	ห	ผ	ฉ	ศ	น	ฝ	ก	ล	ส
ส	ม	ม	า	ต	ร	ล	◌ิ	น	ต	ช	ต	ข	◌ู
บ	ศ	ผ	ฝ	ฟ	บ	ว	◌ี	ว	ป	ต	◌้	ท	ง
ช	ซ	ช	น	ใ	ศ	ม	ฏ	◌่	ไ	◌ิ	◌้	ฟ	◌้
ธ	ฟ	ก	ง	ย	ฉ	ธ	ษ	ส	ย	◌ิ	ง	จ	◌้
ร	ธ	ย	น	แ	ว	ข	ฤ	ไ	ไ	ม	ฉ	ผ	ต
บ	ฝ	ภ	ห	า	ด	ล	ท	แ	ษ	อ	า	ร	ว
ใ	ร	อ	จ	ณ	ว	น	◌ำ	ค	ร	า	ก	ถ	น
ฝ	ว	ก	ซ	เ	ไ	ต	พ	า	ฟ	แ	ไ	อ	แ
ส	◌้	ด	ส	◌่	ว	น	อ	บ	ต	ร	ร	ก	ะ

มุม · · · · · · · ตัวเลข
การคำนวณ · · · · · ขนาน
วงกลม · · · · · · · ตั้งฉาก
เส้นโค้ง · · · · · · สัดส่วน
มิติ · · · · · · · · ส่วน
สมการ · · · · · · · พื้นผิว
ความสูง · · · · · · สมมาตร
ตรรกะ · · · · · · · ทฤษฎี
มวล · · · · · · · · สามเหลี่ยม
มัธยฐาน · · · · · · แนวตั้ง

11 - Les Médias

ณ	พ	ฟ	แ	ย	ศ	ร	แา	ไ	น	โ	ล	ด
ส	า	ธ	า	ร	ณ	ะ	า	ใ	ค	ผ	ฌ	แ ิ
ก	ภ	ภ	ต	ห	า	ด์	ไ	ย	ข	แ	ษ	ด	จ
ข	า	ท	ร	ป	ถ	น	ช	ฺ	บ	ก	ณ	ศ	ี
้	ธ	ร	ธ	า	ใ	ล	ะ	ท	ศ	ฺ	า	ต	ท
อ	ค	ง	ส	ห	ย	ไ	ร	ิ	พ	พ	ค	ิ	ั
เ	ง	ง	ื	ฉ	น	แ	ว	ส	ไ	ก	ค	ล
ท	ะ	ย	า	ข	่	อ	ื	ร	ค	เ	า	น	ล
็	ง	ญ	ล	ม	บ	อ	ส	ย	ง	า	ร	ศ	อ
จ	จ	ท	ฟ	า	เ	ซ	ส	ส	น	ศ	ศ	ั	น
จ	ฉ	บ	ั	บ	ถ	ห	ณ	า	บ	ต	ื	ท	ท
ร	อ	ง	ญ	ไ	ณ	ส	็	ถ	ร	ห	ก	ด	ก
ิ	ภ	า	พ	ถ	่	า	ย	น	จ	ฟ	ษ	ส	ภ
ง	อ	ฺ	ต	ส	า	ห	ก	ร	ร	ม	า	ฟ

ทัศนคติ	รายบุคคล
โฆษณา	อุตสาหกรรม
การสื่อสาร	ดิจิทัล
ออนไลน์	ความเห็น
ฉบับ	ภาพถ่าย
การศึกษา	สาธารณะ
ข้อเท็จจริง	วิทยุ
ภาพ	เครือข่าย

12 - Philanthropie

ก	ท	ผ	ต	ั้	อ	ง	ก	า	ร	ธ	ม	ค	โ
า	ห	ั้	ุ	ส	า	ธ	า	ร	ณ	ะ	น	ว	ป
ร	จ	ก	่	้	า	ะ	ก	ญ	ผ	ร	ุ	า	ร
เ	ส	ล	ฟ	ว	ค	ม	ก	ท	ซ	ฉ	ษ	ม	แ
ง	จ	ุ	ล	ษ	โ	น	ช	ม	ุ	ช	ย	เ	ก
ิ	ิ	่	ง	ค	ญ	ล	ท	ศ	ม	ญ	ช	อ	ร
น	ก	ม	ผ	ฝ	พ	ช	ก	ะ	ต	แ	า	ื	ม
ช	ร	อ	เ	ป	้	า	ห	ม	า	ย	ต	ั้	ญ
ว	า	อ	ง	ษ	ซ	แ	ษ	อ	อ	ผ	ิ	อ	ต
า	ภ	ณ	จ	ท	ห	ฝ	ร	ต	ณ	ศ	ท	อ	ต
ย	ช	ข	ต	ถ	ุ	ง	ข	่	ใ	ณ	ล	า	ม
เ	ด	า	ไ	า	ร	น	ผ	ด	ป	พ	ด	ท	ธ
ษ	ร	่	ต	ส	า	ศ	ต	ิ	ั้	ว	ะ	ร	ป
ก	า	ร	ก	ุ	ศ	ล	ภ	ต	ศ	ว	ผ	ธ	ต

ต้องการ   ทั่วโลก
เป้าหมาย   กลุ่ม
การกุศล   ประวัติศาสตร์
ชุมชน   มนุษยชาติ
ติดต่อ   เยาวชน
การเงิน   ภารกิจ
กองทุน   โปรแกรม
ผู้คน   สาธารณะ
ความเอื้ออาทร

13 - Diplomatie

ค ด พ ล เ ม ือ อ ง ส ส ภ จ ค
ว ย ั ภ ด อ ล ป ม า ว ค ร ว
า ี ย ร ะ ม ะ ผ ม ร ส น ิ า
ม อ ด ั ต ือ า ด พ ล ถ ั ย ม
ข เ น ฐ จ ม ว น ผ ะ า ก ธ ย
ั ะ ว บ ด ว ข ไ ใ ล น ก ร ุ
ด ล ณ า ห ่ ย ห ใ า ท า ร ต
แ ม เ ล ท ร า ม ศ ย ุ ร ม ิ
ย า ง อ ือ ม เ ร า ก ต ท ก ธ
ั ว า ท ฝ า ะ ห บ ช ฟ ุ ห ร
ง ค อ แ ม ว ฉ ช ซ ม ุ ต ม ร
ไ ง ย ห น ค ย ฝ แ น ณ ม ด ม
พ ป อ ต ่ า ง ช า ต ิ ช ช ค
เ อ ก อ ั ค ร ร า ช ท ู ต น

สถานทูต	จริยธรรม
เอกอัครราชทูต	ต่างชาติ
พลเมือง	รัฐบาล
ชุมชน	ความยุติธรรม
ความขัดแย้ง	การเมือง
ความร่วมมือ	ความละเอียด
นักการทูต	ความปลอดภัย
อย่าง	สารละลาย

14 - Astronomie

นักบินอวกาศ	เนบิวลา
นักดาราศาสตร์	หอดูดาว
ท้องฟ้า	ดาวเคราะห์
กลุ่มดาว	รังสี
คราส	ดาวเทียม
วิษุวัต	แสงอาทิตย์
จรวด	ซุเปอร์โนวา
กาแลกซี่	โลก
ดวงจันทร์	จักรวาล
ดาวตก	

15 - Physique

อะตอม
ความวุ่นวาย
เคมี
การขยายตัว
อิเล็กตรอน
สูตร
ความถี่
แก๊ส
แรงโน้มถ่วง

แม่เหล็ก
มวล
กลศาสตร์
โมเลกุล
นิวเคลียร์
อนุภาค
สัมพัทธภาพ
สากล
ความเร็ว

16 - Types de Cheveux

ต	ซ	ไ	ก	ถ	ฤ	น	ส	แ	ก	บ	ฉ	ห	อ
ต	ด	์	น	อ	ล	บ	◌ี	ส	เ	ฟ	ช	ย	◌่
ถ	ก	ไ	า	ไ	ก	ข	ด	ส	ป	ง	เ	◌ิ	อ
ภ	◌ั	ญ	จ	ก	ท	เ	ำ	ณ	ถ	า	◌ิ	ก	น
ไ	ถ	ก	เ	ง	า	น	ห	ซ	น	บ	ว	น	น
พ	ค	◌ั	เ	ส	◌ี	น	◌้	ำ	ต	า	ล	ห	◌ุ
ฟ	ง	ย	แ	ป	ง	ร	แ	ง	◌็	ข	แ	◌ั	◌่
า	พ	ห	ถ	ภ	◌ี	ะ	ห	ส	◌ั	◌้	น	ว	ม
ถ	ญ	ห	ท	ฝ	น	ย	◌้	ส	ฟ	ค	ย	ล	ก
ข	า	ว	ถ	ต	ฟ	อ	ง	◌ี	ช	ก	ค	◌้	ล
ล	ข	ป	ว	ย	ญ	ค	ด	เ	ร	ม	ท	า	ษ
ฉ	ย	ถ	ถ	ช	ฝ	แ	ร	ท	ธ	ฉ	ภ	น	ะ
บ	า	ภ	น	ญ	เ	อ	ท	า	อ	ม	ค	า	เ
ม	ว	ภ	ร	ฝ	จ	ฝ	พ	เ	ผ	ด	ไ	ค	ก

เงิน	สีเทา
ขาว	ยาว
สีบลอนด์	สีน้ำตาล
เงา	บาง
หัวล้าน	สีดำ
สี	หยัก
สั้น	แข็งแรง
อ่อนนุ่ม	แห้ง
หนา	ถักเปีย
หยิก	ถัก

17 - Archéologie

การวิเคราะห์   ฟอสซิล

ปี   ไม่ทราบ

นักวิจัย   ความลึกลับ

อารยธรรม   วัตถุ

ลูกหลาน   กระดูก

ผู้เชี่ยวชาญ   ลืม

ยุค   ศาสตราจารย์

ทีม   ของที่ระลึก

การประเมิน   วัด

18 - Restaurant #1

ไ ง ด ช ต ธ เ ภ ย ถ ถ ษ ค ด
ก ไ ส ช ะ อ ศ ข ป ฉ ม ว ะ ก
อ่ ต ร า ห า อ ะ ง น ข น ม า
ก ณ ฝ ม ธ ภ อ ฉ ต จ ท า ท ร
ก า ป ด ช อ็ เ า อ้ ผ ต จ ด จ
พ อ้ แ ม อิ อู ภ ง ง เ ถ อ ฝ อ
ห ญ ช ฟ ด ก ภ ท อ้ อู ไ จ ศ ง
ศ ม ง ร ธ อ็ เ ก ป น ฝ ด า ย
แ ะ ส อ่ ว น ผ ส ม ม ฟ ต ท ฝ
ฉ อ อ ห อ้ ไ ธ เ น เ อื ด ว ค
ส อ้ ซ ส ร ไ อ า ข ฝ ไ ด แ ถ
ณ อื ส อ ค แ ค ช เ ช อื ย ร อ์
พ น อั ก ง า น เ ส อิ ร ์ ฟ ไ
ศ เ ท เ พ ไ ใ ฝ บ ง ป แ ต ถ

ภูมิแพ้	เมนู
จาน	อาหาร
ชาม	ขนมปัง
กาแฟ	ไก่
แคชเชียร์	การจอง
มีด	ซอส
ครัว	พนักงานเสิร์ฟ
ขนม	ผ้าเช็ดปาก
เผ็ด	เนื้อ
ส่วนผสม	

19 - Mammifères

ฟ	า	ธ	ญ	ล	ต	พ	ด	ด	ไ	ค	ณ	ช	ภ
พ	้	ร	แ	ก	ะ	ม	ภ	จ	ธ	ห	ย	น	ใ
ว	ง	อ	ภ	ญ	ต	้	อ	เ	ก	ห	ต	แ	แ
ด	า	ป	ก	ญ	ย	า	ล	า	้	ม	ป	ฝ	ม
แ	้	พ	ใ	ซ	ล	ว	า	ท	า	ล	เ	พ	ว
ซ	ช	ฝ	ไ	ล	์	ภ	ไ	ถ	่	ไ	ด	อ	ผ
้	อ	ก	ณ	ร	ต	ด	ผ	ต	ป	จ	า	พ	ผ
ี	ส	ษ	ก	อ	ร	ิ	ล	ล	า	ว	ล	ส	ภ
ต	โ	ง	ิ	ส	ท	อ	ไ	ง	ม	เ	ิ	ห	ต
ย	า	ป	ห	ม	ี	จ	ล	พ	ห	ส	ง	ม	อ
โ	ี	ถ	ก	ร	ะ	ต	่	า	ย	ี	ข	า	ช
ค	โ	ร	จ	ิ	ง	โ	จ	้	ว	อ	ใ	ท	ห
โ	แ	ย	า	ม	ล	โ	า	ล	ป	น	ร	ย	ษ
ห	ง	ศ	ย	ฟ	ย	ล	ย	ค	ล	ห	ศ	ฝ	ว

วาฬ	กระต่าย
แมว	สิงโต
ม้า	หมาป่า
หมา	แกะ
โคโยตี้	หมี
ปลาโลมา	ฟ็อกซ์
ช้าง	ลิง
ยีราฟ	โค
กอริลลา	เสือ
จิงโจ้	ม้าลาย

20 - Chocolat

โ	ม	ะ	พ	ร	้	า	ว	่	ั	ถ	ผ	ว	ธ
ะ	ก	ด	่	ื	ร	อ	ล	ค	แ	ต	ผ	ง	บ
ไ	ะ	โ	ร	ธ	ร	ธ	น	ป	ฺ	ง	ฝ	พ	ถ
พ	ภ	ณ	ก	ซ	ล	ส	ศ	ย	ถ	ณ	ม	ิ	ว
ข	อ	ห	ม	้	ล	ู	ก	อ	ม	ท	ภ	ต	ข
ธ	ถ	า	ด	ภ	ม	จ	แ	่	ช	ื	ส	า	พ
ค	า	ร	า	เ	ม	ล	ป	ร	่	่	ู	ช	พ
ช	ณ	ณ	น	ย	ข	บ	ล	อ	า	ช	ต	ส	น
แ	ห	อ	อ	ภ	แ	ส	ก	ว	ง	ื	ร	ร	้
ส	่	ว	น	ผ	ส	ม	ใ	จ	ฝ	่	อ	ท	ำ
แ	ถ	เ	ถ	ญ	ง	ข	ห	ช	ื	น	า	ธ	ต
ส	ธ	บ	ฉ	ว	ด	ถ	ม	ข	ม	ช	ห	ธ	า
ห	ว	า	น	ะ	ก	น	่	ม	ื	อ	า	ะ	ล
ก	ล	ิ	่	น	ห	อ	ม	ช	อ	บ	ร	ห	ใ

ขม	แปลกใหม่
กลิ่นหอม	ที่ชื่นชอบ
ช่างฝีมือ	รส
ลูกอม	ส่วนผสม
ถั่ว	มะพร้าว
โกโก้	ผง
แคลอรี่	คุณภาพ
คาราเมล	สูตรอาหาร
อร่อย	รสชาติ
หวาน	น้ำตาล

21 - Mathématiques

ษ	ห	ฉ	จ	ด	จ	ท	ร	า	ก	ม	ส	ต	เ
แ	ม	ย	อิ	น	ศ	ท	อั	เ	ค	ต	ด	อิ	น
ผ	า	ส	ศ	พ	ท	ษ	ศ	ร	จ	ภ	ห	ณ	ว
น	ย	ม	จ	ห	จ	ม	ม	บ	ภ	ร	ศ	ค	อ่
ก	เ	ม	อุ	ม	ย	อ่	อี	ล	ห	เ	ม	า	ส
ย	ล	า	ข	ฝ	ไ	ต	พ	อ	ไ	ภ	จ	ข	ษ
ย	ข	ต	น	ข	ด	ก	อั	พ	ง	ฟ	ไ	ร	ศ
ถ	พ	ร	า	ร	ด	า	ห	ว	ป	ศ	ท	เ	เ
ข	ฝ	ล	น	ช	ผ	ฉ	ศ	ย	แ	ล	า	ผ	บ
ฟ	อ	น	จ	ธ	ร	ง	ภ	ฉ	า	ท	ะ	ฟ	ษ
ง	ว	บ	อ	ร	น	อั	ส	เ	ภ	ไ	น	เ	ศ
ศ	ช	ร	แ	ท	น	อั	เ	ล	ข	ค	ณ	อิ	ต
ห	ศ	ว	ะ	ท	ภ	ต	ม	เ	ว	ป	า	า	ซ
ฝ	ไ	ม	ร	ะ	ด	อั	บ	เ	ส	อี	ย	ง	บ

มุม	หมายเลข
เลขคณิต	ขนาน
เส้นรอบวง	ตั้งฉาก
องศา	ขอบ
ทศนิยม	รัศมี
แผนก	รวม
ตัวแทน	สมมาตร
สมการ	สามเหลี่ยม
เศษส่วน	ระดับเสียง
เรขาคณิต	

22 - Mythologie

ว	ต	ล	ย	ด	ค	แ	ก	้	แ	ค	้	น	ถ
พ	ิ	ม	ษ	ง	ว	ห	ง	ึ	ห	ม	า	ว	ค
ฤ	บ	เ	ไ	ไ	า	ฝ	ฟ	ฉ	ท	ถ	ด	ก	อ
ต	ั	ย	ศ	เ	ม	ร	ร	ธ	น	ฒ	ั	ว	ม
ิ	พ	ญ	ฝ	ษ	เ	ะ	ธ	บ	บ	แ	น	้	ต
ก	ิ	ต	ว	ิ	ช	ี	ม	ี	ง	่	ิ	ส	ภ
ร	ย	ร	ถ	ท	ื	บ	ฉ	ว	ซ	ล	ม	ษ	า
ร	ั	ข	อ	แ	่	เ	ข	า	ว	ง	ก	ต	พ
ม	ภ	ใ	ค	ข	อ	ฝ	พ	พ	ง	ญ	ร	ถ	ต
ฮ	ก	า	ร	ส	ร	้	า	ง	ฉ	ธ	แ	แ	ำ
ฝ	ื	น	ณ	ป	ญ	ะ	ม	ป	ฉ	ง	ย	ฝ	น
ก	เ	โ	ไ	ฟ	้	า	ผ	่	า	ง	า	ย	า
ง	เ	ร	ร	ฟ	้	า	ร	้	อ	ง	อ	แ	น
ท	แ	ฉ	ร	่	ญ	น	ั	ก	ร	บ	ซ	ด	ย

ต้นแบบ   ฮีโร่
ภัยพิบัติ   อมตภาพ
พฤติกรรม   ความหึงหวง
การสร้าง   เขาวงกต
สิ่งมีชีวิต   ตำนาน
ความเชื่อ   วิเศษ
วัฒนธรรม   ยแร
ฟ้าผ่า   ฟ้าร้อง
แรง   แก้แค้น
นักรบ

23 - Restaurant #2

บ	ส	ช	ไ	ไ	ไ	า	ว	ไ	ส	ณ	ม	น	เ
น	็	ย	เ	ร	า	ห	า	อ	ล	ซ	ผ	้	ค
อ	า	อ	ง	ก	ถ	ภ	ล	ถ	ั	ุ	ะ	ำ	ร
้	ร	่	ช	้	ล	พ	ป	ะ	ด	ป	ซ	แ	ื
ช	น	ร	ย	ค	ล	ื	ษ	ก	ม	ด	ฉ	ข	่
ซ	ต	อ	ฟ	เ	ภ	บ	อ	ส	ก	ก	ท	็	อ
อ	า	ห	า	ร	ก	ล	า	ง	ว	ั	น	ง	ง
ื	อ	ศ	บ	เ	ษ	ผ	ช	แ	ม	ฉ	ร	บ	เ
้	้	ย	ศ	ร	ด	น	้	พ	ณ	ซ	ไ	ณ	ท
า	ม	อ	้	ส	ิ	ว	ะ	ก	ซ	ต	ป	ร	ศ
้	ไ	ข	่	ช	า	ก	ส	ถ	ช	ป	ถ	ษ	ภ
ก	ล	ว	า	ใ	ส	ส	ร	ส	น	้	ำ	า	ฉ
เ	ผ	เ	ค	ร	ื	อ	ง	ด	ื	่	ม	ห
ก	่	ว	ย	เ	ต	ื	่	ย	ว	อ	ร	ว	ถ

เครื่องดื่ม	เค้ก
เก้าอี้	น้ำแข็ง
ช้อน	ผัก
อาหารกลางวัน	ก๋วยเตี๋ยว
อร่อย	ไข่
อาหารเย็น	ปลา
น้ำ	สลัด
เครื่องเทศ	เกลือ
ส้อม	บริกร
ผลไม้	ซุป

24 - Couleurs

ฟ	ส	ไ	ต	แ	ง	ด	ซ	ต	ป	ส	ฟ	ป	ส
ล	ดู	อี	ย	ฟ	ศ	ฉ	อี	บ	ะ	อี	อ	ง	อี
ส	ษ	เ	น	ท	ง	ม	เ	ล	ด	น	ฝ	พ	ด
ง	ค	ะ	ช	้อ	ก	ข	ป	า	ฟ	อ	อี	ส	อำ
ช	แ	ด	ง	อี	อำ	้อ	อี	ท	เอำ	เ	บ	จ
ค	ม	ต	ห	ห	ย	เ	ย	เ	ไ	ต	ภ	ย	ข
ต	ย	พ	ณ	ข	ฟ	ง	ง	ท	ร	า	ร	ป	ญ
ว	จ	ย	ดุ	แ	จ	ด	ร	อิ	พ	ล	จ	ต	ข
เ	ข	อี	ย	ว	ไ	แ	จ	ซ	น	จ	จ	ค	า
ป	ท	ล	ต	ณ	ป	อี	ป	บ	พ	ร	ป	ว	ว
ส	้อ	ม	ด	ถ	ซ	ส	า	ถ	จ	ซ	า	ธ	ภ
ส	อี	เ	ห	ล	อื	อ	ง	ส	อี	ม	อ่	ว	ง
ค	ร	า	ม	จ	ส	อี	ม	อ่	ว	ง	แ	ด	ง
ล	ญ	น	ข	ง	บ	ว	ป	ถ	ฉ	ล	ภ	ธ	ด

เบจ
ขาว
สีน้ำเงิน
สีแดงเข้ม
สีฟ้า
ฟูเชีย
เทา
คราม
สีเหลือง

สีม่วงแดง
สีน้ำตาล
สีดำ
ส้ม
ชมพู
แดง
ซีเปีย
เขียว
สีม่วง

25 - Beauté

ซ	ง	ห	ะ	อ	บ	แ	ร	บ	ธ	ห	า	ล	น
ป	ฟ	ะ	ซ	ภ	ร	ษ	เ	ฟ	ณ	เ	ย	ร	ย
เ	ร	ี	ย	บ	ิ	ซ	ค	บ	จ	ก	ม	ิ	บ
ก	ซ	ุ	ถ	ร	ก	ไ	ร	ร	ก	ร	า	ค	ก
ใ	ร	ด	ย	เ	า	ญ	ื	อ	ม	ซ	ส	ว	ส
า	ซ	ะ	อ	า	ร	จ	่	ว	แ	ป	ค	า	แ
ท	ภ	ภ	จ	บ	่	ช	อ	ป	ม	ข	า	ม	ช
ก	ส	ส	ห	ก	เ	ถ	ง	ล	ก	ส	ร	ง	ม
เ	ส	น	่	ห	์	ณ	ส	ร	แ	ข	่	ด	พ
น	้	ำ	ม	ั	น	ว	ำ	ผ	ิ	ว	า	ง	ุ
ส	ี	จ	ะ	อ	ก	ง	อ	อ	ข	ก	่	า	น
ล	ิ	ป	ส	ต	ิ	ก	า	บ	ฝ	ช	ง	ม	ญ
ค	ภ	ม	า	น	้	ห	ง	่	ต	แ	ส	ฝ	ฉ
ก	ล	ิ	่	น	ห	อ	ม	ม	ว	ก	ด	บ	ต

หยิก	แต่งหน้า
เสน่ห์	มาสคาร่า
กรรไกร	กระจก
เครื่องสำอาง	กลิ่นหอม
สี	ผิว
ความงดงาม	ถ่ายรูป
สง่า	ลิปสติก
เกรซ	บริการ
น้ำมัน	แชมพู
เรียบ	

26 - Avions

อากาศ
ระดับความสูง
บรรยากาศ
ท่าเรือ
การผจญภัย
ลูกโป่ง
เชื้อเพลิง
ท้องฟ้า
การตกทอด

ทิศทาง
ลูกเรือ
พอง
ความสูง
ไฮโดรเจน
เครื่องยนต์
ผู้โดยสาร
นักบิน

27 - Aventure

ธ	ล	เ	ท	อ	ฝ	ป	ด	ก	ล	ก	ะ	แ	ซ
ป	ร	ด	พ	ผ	แ	ว	ก	า	ย	ม	า	ว	ค
ล	ล	ร	ถ	ื	ศ	บ	ท	ร	ณ	อ	ธ	ค	ค
า	า	ย	ม	ล	่	ฟ	ธ	ต	เ	ฝ	จ	ว	ว
ย	ภ	ข	ร	ช	ง	อ	่	ร	ำ	น	ใ	า	า
ท	ถ	ท	ร	ใ	า	ง	น	ะ	ร	น	ห	ม	ม
า	ช	ญ	ก	น	ง	ต	ข	เ	บ	ร	ม	ป	ท
ง	ภ	า	จ	ล	ส	ศ	ิ	ต	ง	ต	่	ล	้
ฝ	พ	ช	ิ	ไ	ศ	ย	า	ร	ต	น	ั	อ	า
ง	บ	ห	ก	ล	ด	ค	ด	ื	ป	ถ	พ	ด	ท
โ	อ	ก	า	ส	ซ	ค	ญ	ย	ท	ม	บ	ภ	า
ส	ท	า	ต	ซ	ม	า	ง	ม	า	ว	ค	้	ย
ท	ั	ศ	น	ศ	ึ	ก	ษ	า	ง	ธ	ม	ย	ท
ผ	ิ	ด	ป	ก	ต	ิ	ข	ช	ค	ง	ง	ณ	ภ

กิจกรรม   ทัศนศึกษา
เพื่อน   ผิดปกติ
ความงาม   จอย
โอกาส   ธรรมชาติ
อันตราย   นำร่อง
ปลายทาง   ใหม่
ความท้าทาย   การตระเตรียม
ความยาก   ความปลอดภัย

28 - Ville

ก	อ	ส	อื	ง	น	อั	ห	น	า	อ้	ร	ส	พ
ม	ห	า	ว	อิ	ท	ย	า	ล	อั	ย	แ	น	อิ
ด	โ	ฉ	ไ	า	ไ	ก	อี	บ	อ่	ด	ฝ	า	พ
ม	อ	ร	ฝ	ฟ	ษ	แ	ด	ร	ฟ	ษ	ณ	ม	อิ
อุ	อ	ก	ง	ณ	ษ	จ	น	า	เ	ห	ฉ	บ	ธ
ส	น	ถ	ไ	ล	ด	ค	ซ	ห	า	ง	แ	อิ	ภ
ง	ช	ค	ธ	ม	ะ	ข	ฝ	า	ค	เ	ร	น	อั
อ	ด	ข	ว	ส	อ้	ค	ภ	อ	ด	บ	บ	โ	ณ
อ้	พ	ว	ว	พ	พ	ด	ร	น	ง	เ	โ	ะ	ฑ
ห	ค	ล	อื	น	อิ	ก	อื	า	ข	ก	ร	ภ	อ์
ส	น	า	ม	ก	อี	ฬ	า	อ้	จ	อ	ง	ธ	ย
อ	ธ	น	า	ค	า	ร	ผ	ร	ป	ร	แ	ก	ไ
ผ	ต	ล	า	ด	ง	ไ	ว	ไ	ว	อี	ร	ด	ช
ร	อ้	า	น	ข	า	ย	ย	า	ซ	อ่	ม	ฟ	ธ

สนามบิน   ร้านหนังสือ
ธนาคาร   ตลาด
ห้องสมุด   พิพิธภัณฑ์
เบเกอรี่   ร้านขายยา
คาเฟ่   ร้านอาหาร
คลินิก   สนามกีฬา
โรงเรียน   โรงละคร
ดอกไม้ดี   มหาวิทยาลัย
โรงแรม

29 - Ingénierie

พ	ม	ว	ม	ร	ซ	ท	ะ	ค	ค	เ	ค	ก	ช
ฝ	ล	ซ	ไ	ก	น	เ	ณ	ว	ั	ค	ว	า	ก
ป	น	ั	น	จ	ญ	บ	ถ	า	น	ร	า	ร	ก
ภ	แ	ข	ง	ั	ก	ม	ฺ	ม	โ	ื	ม	ห	า
ว	ล	ห	เ	ง	อ	ข	ศ	ล	ย	่	ม	ม	ร
ภ	ว	ฟ	ศ	อ	า	ไ	ธ	ื	ก	อ	ั	ฺ	ก
แ	ก	เ	ถ	่	แ	น	พ	ก	ย	ง	่	น	่
ร	า	ษ	ณ	ี	ไ	ร	ย	อ	จ	ย	น	ม	อ
ง	ร	บ	ณ	ร	บ	ญ	ง	ช	จ	น	ค	ไ	ส
ณ	ว	น	ำ	ค	ร	า	ก	ข	ะ	ต	ง	น	ร
ภ	ั	ก	ฝ	เ	ญ	อ	ธ	ห	ั	์	ร	ช	้
ช	ด	แ	ผ	น	ภ	า	พ	า	ก	บ	ณ	ล	า
ก	า	ร	ก	ร	ะ	จ	า	ย	ไ	ร	พ	น	ง
ศ	ศ	ล	เ	ก	ี	ย	ร	์	ด	ื	เ	ซ	ล

มุม
แกน
การคำนวณ
การก่อสร้าง
แผนภาพ
ดีเซล
การกระจาย
เกียร์
พลังงาน
แรง

คันโยก
ของเหลว
เครื่องจักร
การวัด
เครื่องยนต์
ความลึก
แรงขับ
การหมุน
ความมั่นคง

30 - Énergie

แบตเตอรี่
คาร์บอน
เชื้อเพลิง
ความร้อน
ดีเซล
เอนโทรปี
น้ำมันเบนซิน
ไฟฟ้า
อิเล็กตรอน
ไฮโดรเจน

อุตสาหกรรม
เครื่องยนต์
นิวเคลียร์
โฟตอน
มลพิษ
ทดแทน
ดวงอาทิตย์
กังหัน
ลม

31 - Corps Humain

ค	น	ถ	ฉ	อ	เ	ม	ร	ท	ภ	ไ	ฝ	ศ	ข
า	อ่	ข	เ	ห	ษ	ถ	ธ	ส	ป	ข	ซ	แ	ร
ง	ย	ก	ะ	น	ถ	จ	ม	ุ	ก	ส	ศ	ะ	ฟ
อ	ค	ย	ณ	้	บ	ไ	ห	ม	ธ	ฟ	ศ	ร	ร
ม	ล	น	จ	า	ธ	ว	้	ห	ต	ว	ท	ธ	ว
ส	ญ	น	ฝ	ษ	ช	ั	ง	เ	ธ	ฉ	ไ	พ	ภ
พ	พ	ฟ	ห	อ่	ล	ห	ไ	ล	ด	ไ	โ	ด	ย
ป	ม	ข	า	ก	ร	ร	ไ	ก	ร	ม	อ	ส	ไ
ป	า	ก	ช	อ	ก	ห	ย	ท	ถ	น	ษ	ค	น
ส	ฉ	ฉ	ข	ศ	า	ป	ุ	เ	้	ฉ	ฐ	ษ	อิ
ไ	ธ	ณ	ช	อ	ศ	ท	ผ	ภ	ล	อ	อ์	เ	้
ก	จ	ฟ	ฉ	้	น	ญ	ษ	ง	เ	ือ	ง	น	ว
ห	ล	เ	ล	ข	น	ซ	ข	ค	ะ	ม	อ	ะ	อิ
น	ด	ง	ฟ	ข	้	อ	เ	ท	้	า	ฟ	ด	ผ

ปาก	โอษฐ์
สมอง	มือ
ข้อเท้า	ขากรรไกร
คอ	คาง
ข้อศอก	จมูก
หัวใจ	หู
นิ้ว	ผิว
ท้อง	เลือด
ไหล่	หัว
เข่า	หน้า

32 - Épices

ารฺหฺ◌ียงผนธวยก
รสชาตินิชหใจกขร
ภงหชทวาผเกลือะ
เปรฺี◌้ยวกบัสาเเ
หจญววธะกะกอณงท
ญสกอภดรบัเชทพฺ
บัษญงาภกชฺศรฺบย
าพรกไทยะฝถญนม
ฝวณขแะเษษตฟข
รนภาไจปอะธผดะ
ัืรกรพฉโมอหวห
่ลหสปกมเทนษล
นาฟบาไภฟทหปปณม
วธศบปาณฟศรสลตไ

เปรี้ยว
กระเทียม
ขม
โป๊ยกั๊ก
อบเชย
กระวาน
ผักชี
ผงยี่หร่า
แกง
ขิง

นัทเม็ก
หัวหอม
ปาปริก้า
พริกไทย
ชะเอมเทศ
หญ้าฝรั่น
รสชาติ
เกลือ
วนิลา

33 - Science

แ ร ง โ น ้ ม ถ ่ ว ง ว แ ก
ข ้ อ เ ท ็ จ จ ร ิ ง ิ ร า
ห ช ต ฟ ม ญ ะ ส อ ธ อ ว ่ ร
จ ไ ว ท อ เ ท ์ พ ร ล ้ ธ ส
ส ล ิ ฝ ต ส ช ก ป ร ด ฒ า ้
ภ ม ช น ะ ซ ซ ส ณ ม ท น ต ง
ก ุ ื า อ ม ป ิ า ช ร า ุ เ
ร อ ม ฐ า ะ ฉ ิ ล า า ก พ ก
ไ ้ ื ิ ย ก ป ฟ ญ ต ก า ื ต
ล ข ง ต อ ย ใ ส ช ิ ผ ร ช ณ
ษ า ่ ม ช า ล ุ ก ล เ ม โ า
ฟ ส ิ ม แ ก ก ว ิ ธ ื ค อ ภ
ฉ ไ ส ส ฝ ฉ ค า ภ ุ น อ ม ว
ย ศ ะ ญ ใ แ ญ ส ศ ต ใ น ฝ ื

อะตอม
เคมี
ภูมิอากาศ
ข้อมูล
การทดลอง
วิวัฒนาการ
ข้อเท็จจริง
ฟอสซิล
แรงโน้มถ่วง
สมมติฐาน

วิธี
แร่ธาตุ
โมเลกุล
ธรรมชาติ
การสังเกต
สิ่งมีชีวิต
อนุภาค
ฟิสิกส์
พืช

34 - Vêtements

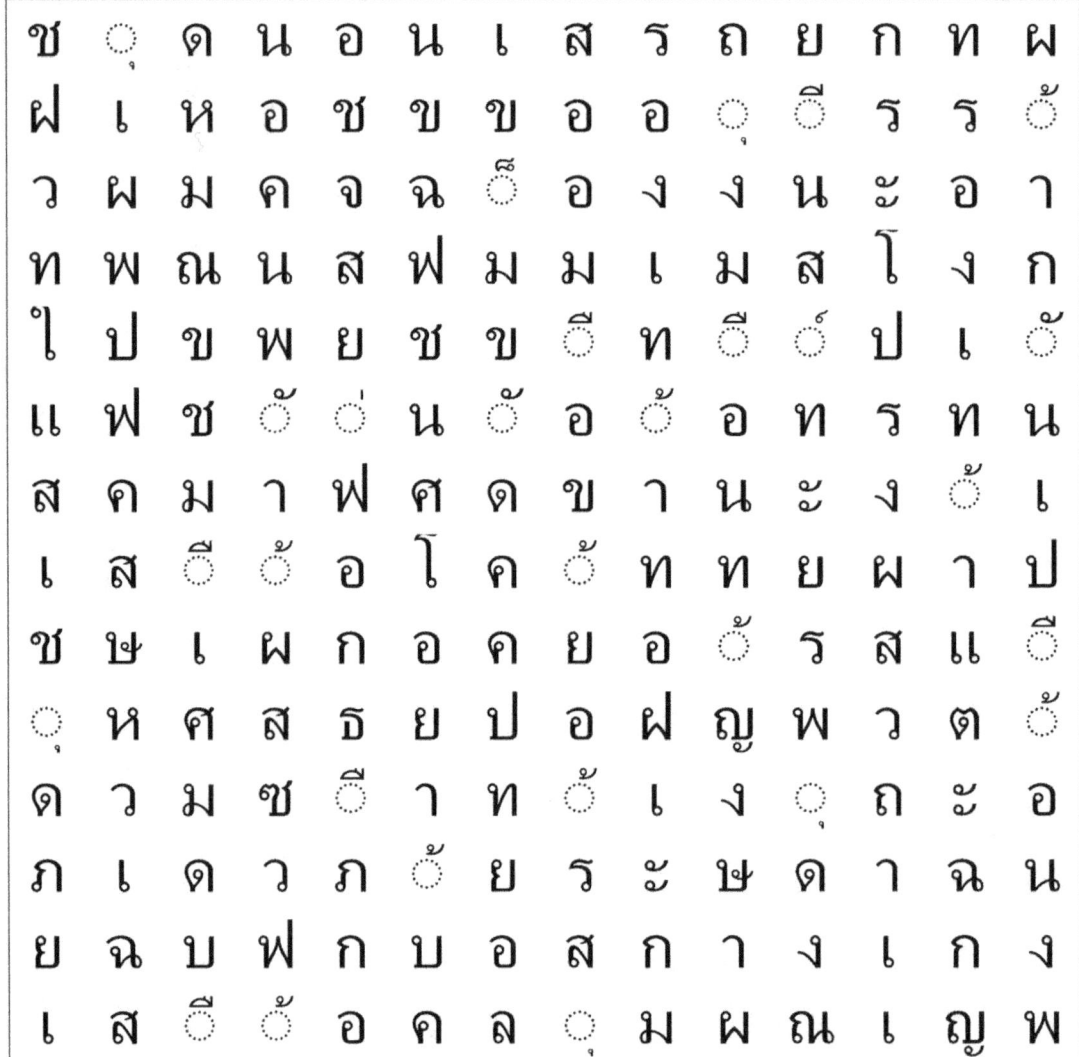

ช	ุ	ด	น	อ	น	เ	สื	ร	ถ	ย	ก	ท	ผ
ฝ	เ	ห	อ	ช	ข	ข	อ	อ	ุ	ี	ร	ร	้
ว	ผ	ม	ค	จ	ฉ	็	อ	ง	ง	น	ะ	อ	า
ท	พ	ณ	น	ส	ฟ	ม	ม	เ	ม	ส	โ	ง	ก
ใ	ป	ข	พ	ย	ช	ข	ื	ท	ื	์	ป	เ	้
แ	ฟ	ช	ั	่	น	้	อ	้	อ	ท	ร	ท	น
ส	ค	ม	า	ฟ	ศ	ด	ข	า	น	ะ	ง	้	เ
เ	ส	ื	้	อ	โ	ค	้	ท	ท	ย	ผ	า	ป
ช	ษ	เ	ผ	ก	อ	ค	ย	อ	้	ร	ส	แ	ื
ุ	ห	ศ	ส	ธ	ย	ป	อ	ฝ	ญ	พ	ว	ต	้
ด	ว	ม	ซ	ื	า	ท	้	เ	ง	ุ	ถ	ะ	อ
ภ	เ	ด	ว	ภ	้	ย	ร	ะ	ษ	ด	า	ฉ	น
ย	ฉ	บ	ฟ	ก	บ	อ	ส	ก	า	ง	เ	ก	ง
เ	ส	ื	้	อ	ค	ล	ุ	ม	ผ	ณ	เ	ญ	พ

สร้อยข้อมือ   กระโปรง
เข็มขัด   เสื้อโค้ท
หมวก   แฟชั่น
ถุงเท้า   กางเกง
รองเท้า   เสื้อคลุม
เสื้อ   ชุดนอน
สร้อยคอ   ชุด
ผ้าพันคอ   รองเท้าแตะ
ถุงมือ   ผ้ากันเปื้อน
ยีนส์

35 - Arts Visuels

ศ	ิ	ล	ป	ิ	น	า	่	ถ	จ	ธ	ว	ด	ต
แ	า	ซ	ม	ญ	ม	ล	์	ิ	ฟ	ว	ค	ห	ย
ส	ผ	ใ	ณ	ใ	ร	เ	ซ	ร	า	ม	ิ	ก	ผ
ส	เ	ช	ว	ฟ	ร	ภ	า	พ	ถ	่	า	ย	ล
ถ	น	ต	น	ะ	ก	แ	น	ว	ต	ั้	ั้	ง	ง
า	ด	ด	น	ส	า	ข	ี	้	ผ	ึ	ั้	ง	า
ป	ิ	ช	ป	ซ	ม	ม	ุ	ม	ม	อ	ง	ภ	น
ั้	ง	ข	ท	ด	ิ	ค	ป	ส	แ	ฉ	ณ	า	ช
ต	อ	ล	เ	ิ	ต	ล	ศ	า	ท	ฉ	ธ	พ	ิ
ย	่	ใ	ย	น	ะ	เ	ส	ผ	ก	ใ	เ	ว	้
ก	ี	ซ	ม	ส	ร	ซ	ค	ศ	ง	ก	ษ	า	น
ร	ร	ห	จ	อ	ป	ก	์	ล	อ	ช	า	ด	เ
ร	ค	จ	ธ	ม	ล	ว	ด	ว	ย	ญ	พ	แ	อ
ม	เ	ค	์	ป	ร	ะ	ก	อ	บ	์	ย	ฟ	ก

สถาปัตยกรรม	ฟิล์ม
เคลย์	ภาพวาด
ศิลปิน	มุมมอง
เซรามิก	ภาพถ่าย
ถ่าน	สเตนซิล
ผลงานชิ้นเอก	แนวตั้ง
ขี้ผึ้ง	เครื่องดินเผา
ค์ประกอบ	ประติมากรรม
ชอล์ก	ปากกา
ดินสอ	

36 - Méditation

ค	ก	ต	น	พ	ข	ษ	ฉ	ค	า	ษ	ญ	ภ	ก
ว	า	ดิ	ดื	ะ	ษ	ข	ป	ว	ไ	พ	ห	ภ	า
า	ร	จ	ฉ	ด่	ฝ	ฟ	ง	า	ท	า	ด่	ท	ร
ม	ย	ไ	ส	ช	น	พ	อ	ม	ห	ภ	ค	ค	เ
ช	อ	ย	ข	ง	อ	ม	ม	ก	ว	ต	ว	ว	ค
ดั	ม	า	ไ	ษ	บ	บ	ม	ต	ถ	ดิ	า	า	ล
ด	ร	ห	อ	จ	ฉ	ถ	ดุ	ดั	ด	น	ม	ม	ดื
เ	ดั	ร	ช	ง	เ	ผ	ม	ญ	น	ดั	ส	เ	ด่
จ	บ	า	น	ดิ	ส	ดั	ย	ญ	ต	ส	น	ง	อ
น	ด	ก	ม	ป	ง	ถ	น	ดุ	ร	ะ	ไ	ดื	น
ค	ว	า	ม	เ	ม	ต	ต	า	ดื	ญ	จ	ย	ไ
ธ	ร	ร	ม	ช	า	ต	ดิ	ส	ถ	ไ	ง	บ	ห
อ	า	ร	ม	ณ์	ฉ	ะ	อ	ก	ย	ห	ม	ว
อ	ค	ก	า	ร	ส	ดั	ง	เ	ก	ต	ง	พ	ศ

การยอมรับ	จิต
ความสนใจ	การเคลื่อนไหว
สงบ	ดนตรี
ความชัดเจน	ธรรมชาติ
ใจ	การสังเกต
อารมณ์	สันติภาพ
ตื่น	มุมมอง
ความเมตตา	ท่าทาง
ความกตัญญู	การหายใจ
นิสัย	ความเงียบ

37 - Littérature

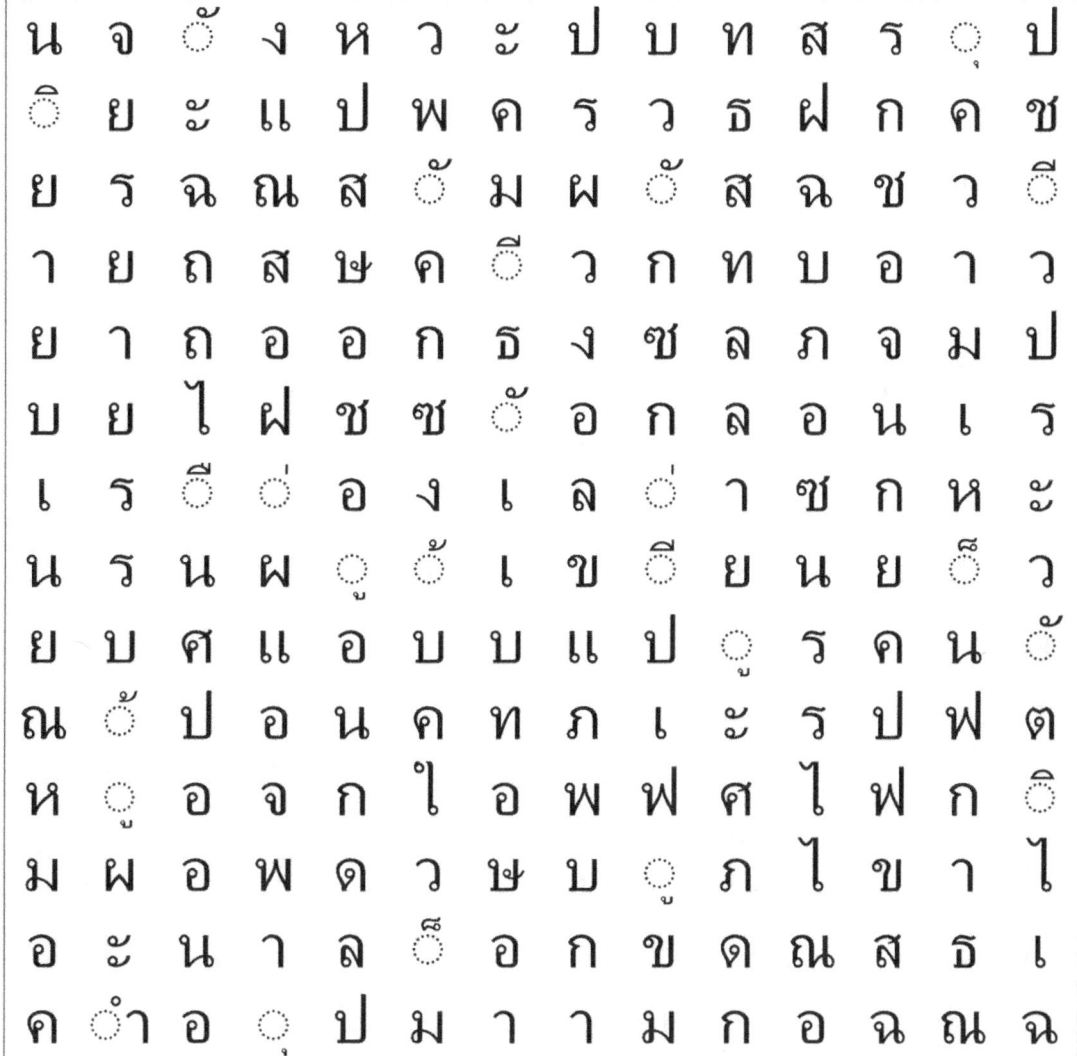

อะนาล็อก
ผู้เขียน
ชีวประวัติ
บทสรุป
ลักษณะ
บทพูด
ประเภท
คำอุปมา
ผู้บรรยาย

เรื่องเล่า
ความเห็น
กลอน
บทกวี
สัมผัส
นิยาย
จังหวะ
รูปแบบ
ธีม

38 - Nourriture #1

ผ อ ใ พ น ซ ◌ุ ป ม อ ห ว ◌้ ห
◌็ บ ท ฟ ฝ ◌้ ไ ใ ภ ป ◌้ ส ธ เ
ก เ ภ ◌ุ ย ธ ◌ำ ช ฟ บ ว ล ล น
โ ช ม ส น า ป ต ห ฟ ผ ◌้ ห ◌ื
ข ย ◌้ ะ ง ◌่ ฟ แ า ก ◌้ ด ไ ◌้
ม ญ ไ ร น ญ า อ ◌ื ล ก เ น อ
ย น ล ง ศ า ร ์ พ แ ก ◌ุ ล บ
◌ื ะ ผ ง ช พ ว ร เ ศ า ย เ ข
ท ค ◌ำ ท ฉ ะ ห ฝ ด บ ด ต ษ ข
เ น ◌้ ม ษ ร แ อ ป ร ◌ิ ค อ ท
ะ ม น ผ ก ห ถ ท ณ ต ฟ พ ฝ อ
ร ไ ฟ เ ไ โ เ ภ ห พ ป ม พ ร
ก บ า ร ์ เ ล ◌่ ย ◌์ ณ ท พ ค
ข น ญ ย ล ป ฉ ใ ด ฝ ห ม ง แ

แอปริคอท	หัวผักกาด
กระเทียม	หัวหอม
โหระพา	บาร์เล่ย์
กาแฟ	ลูกแพร์
อบเชย	สลัด
แครอท	เกลือ
มะนาว	ซุป
ผักโขม	น้ำตาล
น้ำผลไม้	ทูน่า
นม	เนื้อ

39 - Jours et Mois

```
ว ั น พ ฤ ห ั ส บ ด ี ภ ผ ษ
ว ั น อ ั ง ค า ร ณ ท ส ว พ
ว ฉ ม ม ไ พ ต บ เ น ก ป ถ บ
เ ั ต ป ฟ ร ฺ ศ ห ป า ก ส ม
ส ค น ไ ผ จ ล บ บ ม น ไ ร ค
เ ิ ณ อ น ย า ก ิ จ ศ ฤ พ า
ส ฉ ง ว า ร ค ก ั น ย า ย น
ว ั ญ ห ด ท ม ป ฏ ิ ท ิ น ี
ั ม ป ม า ข ิ ก ร ก ฎ า ค ม
น ก ก ด ย ค ล ต เ ด ื อ น ษ
พ ร น ย า ษ ม เ ย ล เ ข ห ฉ
ฺ า ร ว อ ห ล ไ ภ ์ ห ก ห ผ
ธ ค ว ถ ญ ร ์ า ส เ น ั ว ฉ
ผ ม ด ก ม ิ ถ ฺ น า ย น ส น
```

สิงหาคม	มีนาคม
เมษายน	วันพุธ
ปฏิทิน	เดือน
วันอาทิตย์	พฤศจิกายน
มกราคม	ตุลาคม
วันพฤหัสบดี	วันเสาร์
กรกฎาคม	สัปดาห์
มิถุนายน	กันยายน
วันอังคาร	

40 - Entreprise

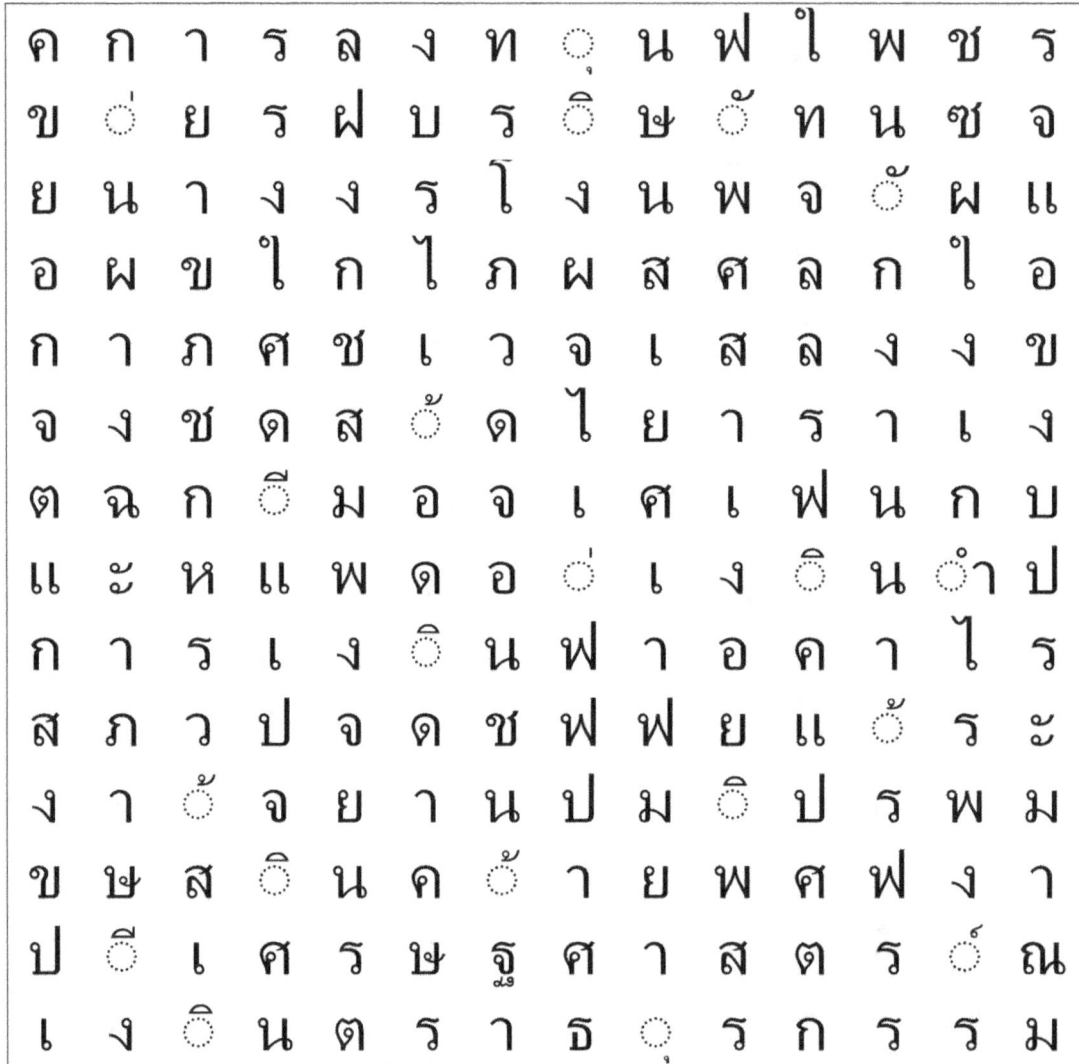

ค	ก	า	ร	ล	ง	ท	ุ	น	ฟ	ใ	พ	ช	ร
ข	อ่	ย	ร	ฝ	บ	ร	ิ	ษ	ั	ท	น	ซ	จ
ย	น	า	ง	ง	ร	โ	ง	น	พ	จ	ั	ผ	แ
อ	ผ	ข	ใ	ก	ไ	ภ	ผ	ส	ศ	ล	ก	ใ	อ
ก	า	ภ	ศ	ช	เ	ว	จ	เ	ส	ล	ง	ง	ข
จ	ง	ช	ด	ส	้	ด	ไ	ย	า	ร	า	เ	ง
ต	ฉ	ก	ี	ม	อ	จ	เ	ศ	เ	ฟ	น	ก	บ
แ	ะ	ห	แ	พ	ด	อ	่	เ	ง	ิ	น	ำ	ป
ก	า	ร	เ	ง	ิ	น	ฟ	า	อ	ค	า	ไ	ร
ส	ภ	ว	ป	จ	ด	ช	ฟ	ฟ	ย	แ	้	ร	ะ
ง	า	้	จ	ย	า	น	ป	ม	ิ	ป	ร	พ	ม
ข	ษ	ส	ิ	น	ค	้	า	ย	พ	ศ	ฟ	ง	า
ป	ี	เ	ศ	ร	ษ	ฐ	ศ	า	ส	ต	ร	์	ณ
เ	ง	ิ	น	ต	ร	า	ธ	ุ	ร	ก	ร	ร	ม

เงิน	เศรษฐศาสตร์
ร้าน	การเงิน
งบประมาณ	ภาษี
ออฟฟิศ	การลงทุน
อาชีพ	สินค้า
ค่าใช้จ่าย	กำไร
เงินตรา	รายได้
นายจ้าง	ธุรกรรม
พนักงาน	โรงงาน
บริษัท	ขาย

41 - Activités

ญ	ณ	ป	ต	ธ	ฟ	ฟ	ผ	ง	ะ	า	ม	ก	ไ
ล	่	า	ส	์	ต	ว	์	บ	ษ	ม	า	า	า
พ	ถ	ฉ	บ	็	ย	เ	ร	า	ก	ร	ย	ร	แ
ก	ต	ย	ด	ร	ว	ภ	ก	อ	ั	ร	า	ท	น
ิ	า	ก	ธ	ญ	ฟ	ฟ	ั	ม	ท	ก	ก	ำ	ท
ม	น	ร	ป	ป	ฉ	พ	ถ	ื	ช	จ	ล	ส	ช
า	ศ	ญ	อ	ล	ป	ว	ด	ี	น	ิ	ย	ว	า
ร	ิ	ฉ	จ	่	า	า	ก	ฝ	ผ	ก	ท	น	ใ
ซ	ร	ฝ	ษ	ซ	า	ด	ช	น	ศ	ิ	ล	ป	ะ
เ	ป	น	ค	อ	ค	น	ง	า	า	พ	ฝ	ป	ฉ
ผ	่	อ	น	ค	ล	า	ย	ง	ศ	ผ	ภ	ณ	ซ
เ	ว	ล	า	ว	่	า	ง	ภ	ไ	พ	ญ	ไ	อ
ล	ด	ส	ก	า	ร	ถ	่	า	ย	ภ	า	พ	ศ
ภ	ถ	ง	ด	จ	ล	น	า	ท	ผ	ษ	ส	ฝ	ห

กิจกรรม	เวลาว่าง
ศิลปะ	มายากล
งานฝีมือ	ภาพวาด
เซรามิก	ตกปลา
ล่าสัตว์	การถ่ายภาพ
ทักษะ	ยินดี
การเย็บ	ปริศนา
การทำสวน	ผ่อนคลาย
เกม	ถัก
การอ่าน	

42 - Fleurs

ล ด บ โ ช ่ อ ด อ ก ไ ม ้ แ
ย า ร ภ ค ะ า ญ พ ฺ ด ้ ด ว
ซ ล เ ผ ิ ล ะ ม ศ ฝ ศ ไ อ ส
เ ข ร ว ษ ย เ ณ ซ จ ภ ย ก ใ
ล น ธ ภ น ว ฟ ว ม ณ ร ว ท ถ
เ ข ก ป ต เ ป ข อ ห แ ้ า จ
ท ด ไ ช ง ช ด ล แ ร ห ล น เ
ิ ถ ซ อ ม ฟ ไ อ ถ ท ์ ก ต ส
ว ร ล ี ่ ล ิ ล ร ศ ห ญ ะ า
ล ช ไ บ ่ ถ ภ ท ซ ์ ช ห ว ว
ิ บ ก ล ี บ ก ฺ ห ล า บ ั ร
ป า ม ่ ว ง โ บ ต ั ่ น น ส
แ ม ก โ น เ ล ี ย ง อ พ ย ร
ธ ค ธ ป ๊ อ ป ป ี ้ ษ บ ง ท

ช่อดอกไม้   กล้วยไม้
พุด   เสาวรส
ชบา   ป๊อปปี้
มะลิ   กลีบ
ลาเวนเดอร์   โบตั๋น
ม่วง   กุหลาบ
ลิลลี่   ดอกทานตะวัน
แมกโนเลีย   โคลเวอร์
เดซี่   ทิวลิป

43 - Nourriture #2

เ	ป	ไ	ป	ญ	ล	ร	ข	ไ	า	ช	ไ	บ	ข
ฉ	ล	ณ	ก	ไ	ใ	ว	แ	อ้	ล	ค	เ	ร	อ้
ป	า	น	แ	อ่	ธ	จ	ถ	ฉ	า	บ	พ	อ	า
จ	แ	ม	ะ	เ	ข	อื	อ	บ	ะ	ว	ญ	ก	ว
ก	เ	อ	ช	อ็	อ	ค	โ	ก	แ	ล	ต	โ	ส
ล	ห	น	ป	ป	ฟ	ม	ะ	ม	อ่	ว	ง	ค	า
อ้	อ็	อ	พ	เ	จ	ฮ	ง	ป	า	ผ	เ	ล	ล
ว	ด	ฟ	ะ	แ	ป	แ	ฟ	ซ	ฉ	ญ	ช	อื	อื
ย	ย	ษ	ก	ภ	แ	อิ	ธ	ส	เ	ค	อ	ก	อ
ข	น	ม	ป	อ้	ง	ฝ	อ้	ไ	ข	อ่	ร	อื	ง
ข	อื	อ้	น	ฉ	อ่	า	ย	ล	ว	อ	อ่	ว	อ.
อ	อ้	ล	ม	อ	น	ด	อ่	ง	ซ	ม	ร	อื	อ.
ม	ะ	เ	ข	อื	อ	เ	ท	ศ	ษ	ธ	อื	อ่	น
ภ	ผ	บ	ค	ท	อ	ณ	ร	ญ	ย	ฝ	อ่	เ	ญ

อัลมอนด์   กีวี
มะเขือ   มะม่วง
กล้วย   ไข่
ข้าวสาลี   ขนมปัง
บรอกโคลี   ปลา
เชอร์รี่   แอปเปิ้ล
ขึ้นฉ่าย   ไก่
เห็ด   องุ่น
ช็อคโกแลต   ข้าว
แฮม   มะเขือเทศ

44 - Algèbre

ฝ	ต	น	ต	เ	ป	ว	ส	ค	น	ศ	ภ	จ	ส
ด	ด	ส	ั	ศ	ณ	จ	ง	ม	ใ	แ	ต	อ	า
ไ	ช	ซ	ว	ษ	อ	แ	ผ	ไ	ก	ไ	ว	ง	ร
า	ภ	ธ	แ	ส	เ	ณ	อ	ช	อ	า	ล	ป	ล
ว	ซ	น	ป	่	ต	ใ	ม	ย	น	น	ร	ป	ะ
ห	์	ส	ร	ว	น	ท	แ	ว	ั	ต	ต	ั	ล
ใ	ก	้	ว	น	ว	บ	ส	ท	น	แ	ู	ญ	า
ป	ิ	เ	ด	ย	ง	บ	แ	ส	ต	ป	ส	ห	ย
ห	ร	ง	ร	ฟ	เ	ถ	ท	ผ	์	ญ	ต	า	ย
ะ	ต	ิ	ร	บ	ล	ร	า	ก	น	เ	ท	็	จ
ด	ม	ช	ม	า	็	ก	ก	ผ	อ	ภ	ป	ห	ั
ญ	เ	แ	ญ	า	บ	ร	ฝ	ษ	ท	ำ	า	ภ	จ
ร	ป	ค	ร	แ	ณ	า	ก	ษ	ป	ห	ศ	พ	ั
ต	ั	ว	เ	ล	ข	ฟ	ศ	ู	น	ย	์	ส	ป

แผนภาพ
ตัวแทน
สมการ
ปัจจัย
เท็จ
สูตร
เศษส่วน
กราฟ
อนันต์
เชิงเส้น

เมตริกซ์
ตัวเลข
วงเล็บ
ปัญหา
ปริมาณ
ทำ
สารละลาย
การลบ
ตัวแปร
ศูนย์

45 - Océan

ต ช ส ป ด ฟ ป ถ ภ เ ญ ฉ ฝ ด
ย ห ม ะ ม ศ อ ือ ล ก เ แ ข ฟ
บ ฉ ป ก ฟ ล ไ ง ช ง า ห ป ช
บ จ ป า น ่ ุ ท น ม ร แ ล ภ
ป ผ ญ ร ณ ฉ ท ค ฝ ั้ ุ ย า พ
ผ ุ ข ั้ ฟ ฟ อ ถ ท ว ำ ช ไ ม
ป ล า ง จ ือ ือ ก ม า ล ฉ ห ร
แ ม ง ก ะ พ ร ุ น ฟ ฝ ป ล ง
ใ พ พ ฝ น ษ เ ท ห ณ เ ต ่ า
น ้ ำ ข ือ ้ น น ้ ำ ล ง ค น
ป ล า โ ล ม า ร ย พ ต ั้ ล ย
ฉ จ ห ะ ต ย ฉ ช ต จ ว ุ ือ อ
พ อ จ ย ฟ ค ะ ผ ผ ก ข ก ่ ห
ป ล า ห ม ือ ก ย ั ก ษ ์ น ศ

ปลาไหล	แมงกะพรุน
วาฬ	ปลา
เรือ	ปลาหมึกยักษ์
ปะการัง	ฉลาม
ปู	รีฟ
กุ้ง	เกลือ
ปลาโลมา	พายุ
ฟองน้ำ	ทูน่า
หอยนางรม	เต่า
น้ำขึ้นน้ำลง	คลื่น

46 - Antiquités

ร	ม	ร	ร	ก	า	ม	ิ	ต	ะ	ร	ป	ซ	เ
ุ	ม	ต	ศ	อ	า	ศ	ต	ว	ร	ร	ษ	ป	ฟ
ป	า	ก	ถ	ะ	่	ร	บ	ผ	ด	ธ	อ	ด	อ
แ	ด	แ	ณ	ก	ค	บ	ฟ	ล	ร	า	ค	า	ร
บ	ซ	ต	ล	ศ	แ	ม	ข	ื	ะ	ธ	ไ	ว	์
บ	แ	่	ฉ	ร	ช	จ	ล	ฟ	้	ษ	ท	พ	น
ย	ญ	ง	ธ	อ	ก	ไ	ศ	แ	ท	น	ล	า	ิ
ะ	ย	ป	ก	า	ร	ล	ง	ท	ุ	น	ฟ	ภ	เ
่	ื	ร	อ	ล	เ	ล	ก	แ	ล	ส	ก	ุ	จ
ก	ร	ะ	ค	ุ	ณ	ภ	า	พ	ษ	ฉ	ท	ไ	อ
ร	ห	ม	ป	ค	ก	ส	ง	่	า	แ	ไ	ถ	ร
ง	เ	ุ	ต	ล	ส	ฉ	ด	ไ	ภ	ย	ท	ข	์
ญ	ว	ล	ต	ต	ิ	ก	ป	ด	ิ	ผ	บ	้	จ
ซ	ช	ษ	ร	ร	ว	ศ	ท	ธ	แ	ก	่	ธ	ภ

ศิลปะ	ภาพวาด
แท้	เหรียญ
ทศวรรษ	ราคา
ตกแต่ง	คุณภาพ
ประมูล	การฟื้นฟู
สง่า	ประติมากรรม
แกลเลอรี่	ศตวรรษ
ผิดปกติ	รูปแบบ
การลงทุน	ค่า
เฟอร์นิเจอร์	แก่

47 - Boxe

ก	ช	ศ	ต	ป	ค	ษ	ไ	ล	ว	ถ	น	ก	พ
อ	ำ	ฟ	ญ	ผ	บ	ะ	แ	ค	า	ง	ั	า	แ
ื	ว	ป	ม	ุ	ม	พ	แ	บ	า	ข	ก	ร	ป
ช	ข	ฝ	ั	ค	พ	แ	เ	น	ผ	่	ส	ก	ซ
เ	ย	บ	า	้	ฉ	ร	ร	ส	น	แ	ู	ู	ล
ร	อ	ส	ส	ป	น	ง	็	ิ	ธ	่	้	้	ษ
ล	่	โ	ฟ	ก	ั	ส	ว	ด	ง	ุ	ง	ค	ฉ
ไ	ี	า	ผ	ก	บ	ญ	ซ	ต	บ	ค	ช	ื	อ
แ	น	ย	ง	้	ฌ	ะ	ร	้	ท	ย	ณ	น	ล
ฉ	ห	ฝ	ม	ก	น	ข	จ	้	ั	ย	พ	เ	ด
น	เ	ฝ	ต	ข	า	บ	ล	ุ	ก	ษ	น	ส	ไ
ถ	ุ	ง	ม	ื	อ	ย	ศ	ผ	ษ	ส	ข	ถ	ซ
ข	้	อ	ศ	อ	ก	ศ	ธ	ศ	ะ	ต	เ	ศ	ค
น	ะ	ข	แ	น	ด	ด	ม	ด	ค	น	เ	ส	ฝ

คู่แข่ง   เตะ
ผู้ตัดสิน   เหนื่อย
ระฆัง   แรง
มุม   ถุงมือ
นักสู้   คาง
ทักษะ   กำปั้น
โฟกัส   คะแนน
เชือก   เร็ว
ร่างกาย   การกู้คืน
ข้อศอก

48 - Ballet

ไ ภ ช ค ป ก ฟ ด ย บ ค ฝ ด ม
ส ไ ภ จ ด อ ล แ น ท ว า ฝ แ
ห เ อ ล ฉ อ ณ ญ ญ เ า ไ ท ค
อ ห ป ญ ผ ง ศ อ ค ร ม อ ฺ ซ
น ท ว ซ ซ ด ิ ด ฟ ี เ เ น ม
ี ั ข า า ส ล ณ า ย ข ด ส ท
ั ด ก บ บ แ ป ฺ ร น ้ ี ง ่
เ น ช เ ย ท ะ ท พ ย ม ่ ่ า
ม ต จ ะ ต ะ ญ บ ผ ต ข ย า ท
า ร ั ม ช ้ ฺ ผ ช ภ ้ ว ง า
ั ี ง อ ฉ ท น ค ธ จ น ธ า ง
ล ช ห ว ง ด น ต ร ี ษ ร ม ไ
ก น ว น ั ก แ ต ่ ง เ พ ล ง
ต ร ะ ษ ก ั ท เ ท ค น ิ ค น

ศิลปะ	กล้ามเนื้อ
ทักษะ	ดนตรี
นักแต่งเพลง	วงดนตรี
นักเต้น	ผู้ชม
แสดงออก	ซ้อม
ท่าทาง	จังหวะ
สง่างาม	เดี่ยว
ความเข้มข้น	รูปแบบ
บทเรียน	เทคนิค

49 - Fruit

ฝ	ร	ั้	่	ง	ด	ถ	ต	จ	เ	ห	ร	ข	ว
ะ	ใ	ล	ถ	ว	า	น	ะ	ม	น	ข	า	ธ	ฝ
ป	ม	้	ส	า	ป	ว	ย	ะ	ค	ช	ส	ม	น
ม	จ	ิ	ธ	ต	ย	ก	ณ	เ	ท	ธ	เ	ะ	่
แ	อ	ป	ร	ิ	ค	อ	ท	ด	า	ป	บ	ม	ุ
เ	พ	เ	ห	ห	ช	พ	ว	ื	ร	ถ	อ	่	ง
ม	บ	ป	เ	ห	ธ	ว	ี	่	ี	ก	ร	ว	อ
ม	ว	อ	ด	ม	ด	ษ	ธ	อ	น	ก	์	ง	า
ะ	ฉ	แ	ร	์	พ	แ	ก	ู	ล	ฟ	ร	ก	โ
ล	น	ง	ะ	์	ก	ม	ใ	บ	พ	ด	ี	ป	ว
ะ	ฟ	ก	ป	ก	ร	ช	ใ	อ	แ	ถ	่	ภ	ค
ก	ด	อ	ป	ฟ	ย	ี	เ	ม	ล	อ	น	ป	า
อ	ห	ข	ั	ย	ฝ	พ	่	ก	ล	้	ว	ย	โ
ก	ล	ซ	ส	เ	ช	อ	ร	์	ร	ื	่	ต	ด

แอปริคอท	กีวี
สับปะรด	มะม่วง
อาโวคาโด	เมลอน
เบอร์รี่	เนคทารีน
กล้วย	ส้ม
เชอร์รี่	มะละกอ
มะนาว	พีช
มะเดื่อ	ลูกแพร์
ราสเบอร์รี่	แอปเปิ้ล
ฝรั่ง	องุ่น

50 - Technologie

แสดง
บล็อก
กล้อง
ข้อมูล
หน้าจอ
ไฟล์
อินเทอร์เน็ต
ซอฟต์แวร์
ข้อความ

ดิจิทัล
ไบต์
คอมพิวเตอร์
แบบอักษร
วิจัย
ความปลอดภัย
สถิติ
เสมือน
ไวรัส

51 - Musique

◌ี	ร	ต	น	ด	ว	ษ	ภ	ผ	ด	ต	ฉ	ม	ฉ
บ	ค	◌ี	ค	◌ั	ม	า	ส	ม	า	ว	ค	ค	ไ
ถ	ท	ผ	ภ	ห	ก	ซ	ฟ	ต	ล	ล	ท	ซ	ฉ
ค	ง	ก	ษ	แ	ศ	ร	อ	◌ั	ล	บ	◌ั	◌ั	ม
เ	ล	น	ว	ศ	ฟ	า	◌ั	ถ	◌ั	ไ	น	จ	ล
ป	พ	า	ษ	◌ี	บ	ส	ป	อ	บ	ม	◌ั	◌ั	ฝ
◌็	เ	ส	ส	ไ	ย	า	ฉ	◌่	ง	โ	ก	ง	ผ
น	ง	ผ	ห	ส	ภ	ร	ฝ	โ	อ	ค	ด	ห	บ
จ	อ	ม	ฟ	ช	◌ิ	ต	เ	ะ	น	ร	น	ว	ป
◌ั	◌ั	ส	ณ	ป	ฉ	ก	ณ	◌็	ำ	โ	ต	ะ	ต
ง	ร	ผ	ว	ต	ด	ณ	ธ	อ	ท	ฟ	ร	ฟ	บ
ห	ล	◌ี	ร	◌ิ	ค	◌ั	ล	โ	ภ	น	◌ี	เ	น
ว	ภ	น	บ	ค	ก	า	ร	บ	◌ั	น	ท	◌ึ	ก
ะ	ศ	ผ	ซ	โ	อ	เ	ป	ร	◌่	า	ไ	ก	ม

อัลบั้ม ลีริคัล
บัลลาด ทำนอง
ร้องเพลง ไมโครโฟน
นักร้อง ดนตรี
คลาสสิก นักดนตรี
การบันทึก โอเปร่า
ผสมผสาน บทกวี
ความสามัคคี จังหวะ
โอ๊ะโอ่ เป็นจังหวะ
ตราสาร

52 - Météo

ส	อ	ฺุ	ณ	ห	ภ	ฺู	ม	ิ	ส	ฺุ	ย	า	พ
ญ	ภ	ท	เ	ข	ต	ร	้	อ	น	บ	ส	ถ	า
ด	ง	า	้	ห	ม	อ	ก	ซ	ี	ร	บ	ด	ย
โ	ด	ง	พ	อ	ล	ซ	ง	ด	ว	ร	พ	ด	ฺุ
า	พ	ข	ว	อ	ง	ธ	อ	ป	ข	ย	ษ	เ	เ
น	ต	็	พ	ก	า	ฟ	ร	ณ	ย	า	พ	จ	ฮ
ร	้	แ	ไ	ใ	ธ	ก	้	ป	ญ	ก	ห	ะ	อ
์	า	ำ	ม	ใ	น	ญ	า	า	ค	า	ไ	ม	ร
อ	ะ	้	ท	ฟ	ง	ป	้	ศ	แ	ศ	ณ	ป	ิ
ท	ฉ	น	เ	่	ถ	บ	ฟ	ม	ร	ส	ฺุ	ม	เ
ฺุ	ข	ณ	ษ	ส	ว	ค	ล	า	ว	ด	์	ธ	ค
ย	ฉ	ณ	ค	แ	แ	ม	โ	พ	ล	า	ร	์	น
า	า	ข	ถ	ด	ฉ	ศ	แ	ล	้	ง	้	ห	แ
พ	ศ	ต	ฉ	ย	ย	ส	า	ย	ร	ฺุ	้	ง	ด

สายรุ้ง	พายุเฮอริเคน
บรรยากาศ	โพลาร์
บรีซ	แห้ง
หมอก	แล้ง
ท้องฟ้า	อุณหภูมิ
สภาพอากาศ	พาย
น้ำแข็ง	ฟ้าร้อง
น้ำท่วม	พายุทอร์นาโด
มรสุม	เขตร้อน
คลาวด์	ลม

53 - L'Entreprise

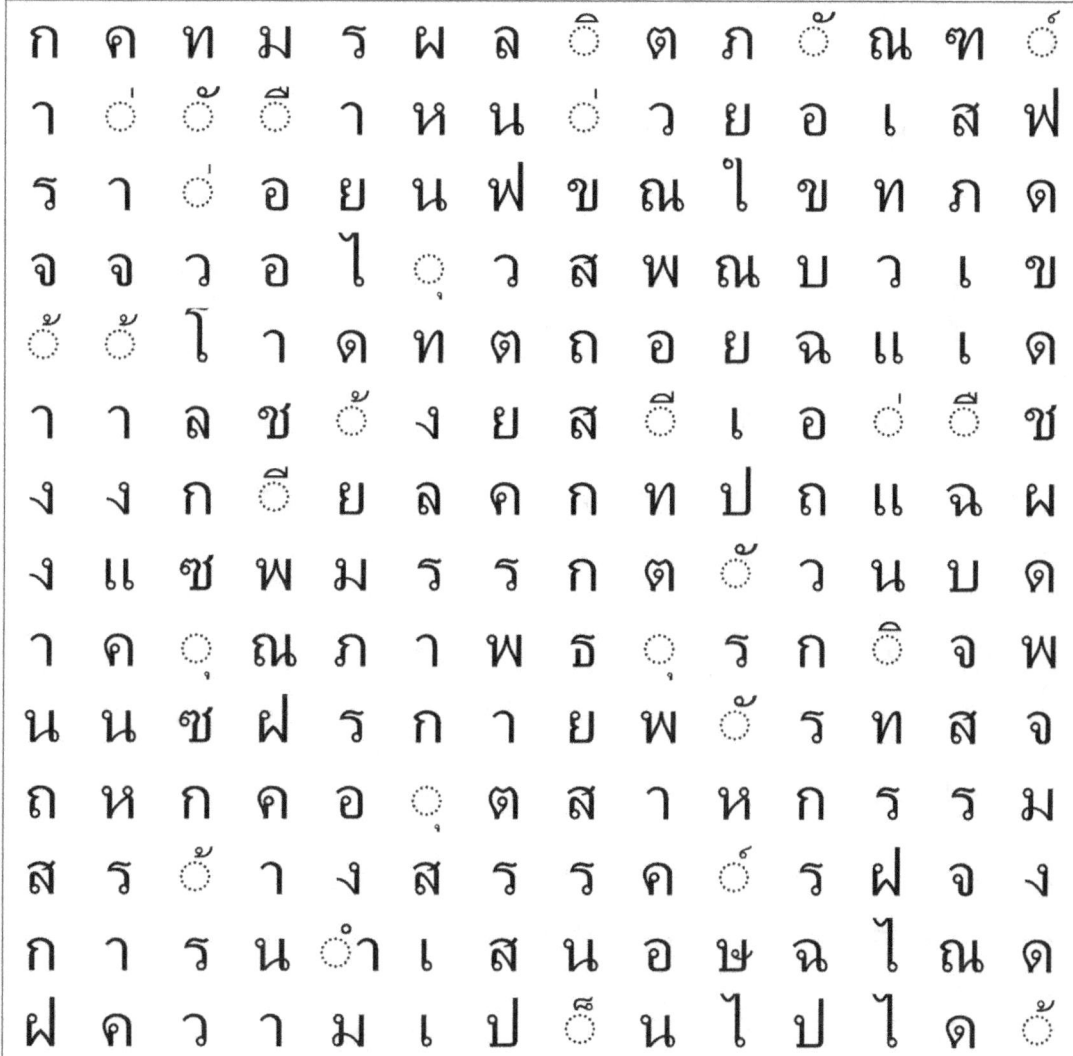

ก ค ท ม ร ผ ล ิ ต ภ ั ณ ฑ ์
า ่ ั ื า ห น ่ ว ย อ เ ส ฟ
ร า ่ อ ย น ฟ ข ณ ไ ข ท ภ ด
จ จ ว อ ไ ุ ว ส พ ณ บ ว เ ข
้ ้ โ า ด ท ต ถ อ ย ฉ แ เ ด
า า ล ช ้ ง ย ส ี เ อ ่ ื ช
ง ง ก ื ย ล ค ก ท ป ถ แ ฉ ผ
ง แ ซ พ ม ร ร ก ต ั ว น บ ด
า ค ุ ณ ภ า พ ธ ุ ร ก ิ จ พ
น น ซ ฝ ร ก า ย พ ั ร ท ส จ
ถ ห ก ค อ ุ ต ส า ห ก ร ร ม
ส ร ้ า ง ส ร ร ค ์ ร ฝ จ ง
ก า ร น ำ เ ส น อ ษ ฉ ไ ณ ด
ฝ ค ว า ม เ ป ็ น ไ ป ไ ด ้

ธุรกิจ	ผลิตภัณฑ์
สร้างสรรค์	มืออาชีพ
การจ้างงาน	คุณภาพ
ทั่วโลก	ทรัพยากร
อุตสาหกรรม	รายได้
นวัตกรรม	ชื่อเสียง
การลงทุน	ค่าจ้าง
ความเป็นไปได้	หน่วย
การนำเสนอ	

54 - Gouvernement

ค	อ	ิ	ส	ร	ะ	ญ	ห	ห	ง	ต	ต	ใ	อ
ว	เ	ญ	พ	ฝ	ป	น	ช	ธ	ธ	ฺ	ข	า	น
า	ด	แ	อ	ล	ฉ	ฺ	ข	ศ	ด	ล	ถ	เ	ฺ
ม	ง	ษ	ะ	พ	เ	ม	ษ	ฟ	ศ	า	ณ	ย	ส
ย	า	ม	ห	ฎ	ก	ร	เ	ฝ	พ	ก	แ	ต	า
ฺ	่	ส	ง	บ	ะ	ร	ื	ส	ช	า	ส	ไ	ว
ต	ย	ห	ฝ	อ	ข	ธ	จ	อ	ร	ร	เ	ป	ร
ิ	อ	า	ด	น	ซ	ฐ	ั	ร	น	ี	ท	ิ	ี
ธ	ิ	ท	ิ	ส	ถ	้	ค	ษ	อ	ม	ภ	ธ	ย
ร	ย	ไ	ง	ศ	ว	ร	ำ	ษ	ง	ง	ข	า	์
ร	ป	ระ	เ	ท	ศ	พ	พ	บ	ฟ	ธ	ช	พ
ม	ธ	ข	บ	ง	ค	ฟ	ู	บ	ฟ	ธ	ล	ะ	ส
ป	ต	ิ	า	ช	บ	ั	ด	ะ	ร	ศ	ฉ	ร	ส
ใ	ง	ป	ก	า	ร	เ	ม	ื	อ	ง	ร	ป	ร

พลเรือน	ตุลาการ
รัฐธรรมนูญ	ความยุติธรรม
ประชาธิปไตย	เสรีภาพ
คำพูด	กฎหมาย
อย่าง	อนุสาวรีย์
เขต	ประเทศ
สิทธิ	ระดับชาติ
รัฐ	สงบ
อิสระ	การเมือง

55 - Randonnée

ก	ย	อ	า	ท	ห	แ	ผ	น	ท	◌ื	◌่	ธ	ร
ร	า	ข	เ	◌ุ	ภ	น	ผ	ป	ร	ส	ร	ร	อ
ไ	ร	ร	ข	ก	เ	ญ	◌้	ศ	ด	ภ	ถ	ร	ง
ถ	ต	ข	ต	ย	ท	ส	ฟ	ก	ไ	า	ณ	ม	เ
ย	น	ล	ด	ร	ผ	ถ	เ	ฉ	ญ	พ	ะ	ช	ท
ก	◌้	ก	ป	◌ำ	ะ	ข	ง	จ	ร	อ	ง	า	◌้
ง	อ	ห	◌ิ	น	ไ	เ	ม	ว	ภ	า	ศ	ต	า
◌ุ	ด	า	ค	ะ	ว	◌์	ต	◌้	ส	ก	ท	◌ิ	บ
ย	อ	◌่	◌ื	น	ห	เ	จ	ร	อ	า	เ	◌ุ	
ญ	ษ	ป	ย	แ	ค	ศ	ส	ไ	◌ี	ศ	◌ิ	น	ท
ศ	ข	ส	ฝ	◌ำ	◌้	น	ส	ล	ส	ย	น	◌้	อ
พ	ม	ท	ฉ	ค	ศ	ข	จ	ศ	ส	ข	ม	า	ซ
ภ	ผ	ภ	◌ุ	ม	◌ิ	อ	า	ก	า	ศ	ฐ	ผ	อ
ด	ว	ง	อ	า	ท	◌ิ	ต	ย	◌์	น	ป	า	ญ

สัตว์	สภาพอากาศ
รองเท้าบูท	ภูเขา
แผนที่	ยุง
ภูมิอากาศ	ธรรมชาติ
อันตราย	ปฐมนิเทศ
น้ำ	หิน
หน้าผา	การตระเตรียม
เหนื่อย	ป่า
คำแนะนำ	ดวงอาทิตย์
หนัก	

56 - Art

ซ	ส	ั	ญ	ล	ั	ก	ษ	ณ	์	ร	บ	ษ	แ
ไ	ั	ด	ฟ	ง	ซ	ภ	ป	ร	ง	แ	ท	ไ	ก
ส	อ	บ	ด	ะ	่	แ	ฝ	ณ	บ	า	ก	ไ	า
ศ	ป	ฉ	ซ	เ	น	า	ก	ฝ	ห	แ	ว	ส	ร
ไ	ข	ง	า	ั	ร	ส	ย	ช	ไ	ย	ื	ศ	แ
์	ณ	ม	ร	า	อ	ส	่	ว	น	ต	ั	ว	ส
ภ	ต	ม	ม	ค	ไ	น	ว	ไ	ไ	ม	ต	ษ	ด
า	้	ส	่	ว	น	ป	ร	ะ	ก	อ	บ	ร	ง
พ	น	ซ	ื	่	อ	ส	ั	ต	ย	์	ษ	ษ	อ
ว	ฉ	ป	ร	ะ	ต	ิ	ม	า	ก	ร	ร	ม	อ
า	บ	ส	ถ	ิ	ต	ย	ศ	า	ส	ต	ร	์	ก
ด	ั	เ	ร	ื	่	อ	ง	ท	ไ	แ	ฟ	ฉ	ผ
ด	บ	ะ	ย	ณ	ว	า	ด	ภ	า	พ	า	ภ	ย
ไ	แ	ม	ภ	เ	ซ	ร	า	ม	ิ	ค	ฝ	ณ	ข

เซรามิค   ภาพวาด
ซับซ้อน   ส่วนตัว
ส่วนประกอบ   บทกวี
สร้าง   ประติมากรรม
วาดภาพ   ง่าย
การแสดงออก   เรื่อง
ซื่อสัตย์   สถิตยศาสตร์
อารมณ์   สัญลักษณ์
ต้นฉบับ   ภาพ

57 - Nutrition

ค	อ	ง	ท	ฉ	อ	ก	ช	น	ซ	ส	แ	ส	ฟ
ค	ว	แ	ง	แ	ะ	◌ิ	ซ	ม	อ	ไ	ไ	ห	ษ
ค	◌ุ	า	อ	เ	ย	น	ฝ	◌ิ	ส	ม	ภ	ญ	ญ
า	ข	ณ	ม	ข	ป	ไ	ก	า	ร	ย	◌่	อ	ย
ร	อ	น	ภ	ก	ณ	ด	ฟ	ต	า	ม	◌ี	โ	เ
◌์	ง	◌้	ค	า	ร	◌้	บ	◌ิ	ห	ง	ร	ป	ค
โ	เ	◌ำ	แ	ง	พ	ะ	ร	ว	า	ง	อ	ร	ร
บ	ห	ห	ข	ก	พ	ญ	ห	ส	อ	ซ	ล	ต	◌ื
ไ	ล	น	◌็	า	◌ิ	ส	ภ	า	ช	ะ	ค	◌ื	◌่
ฮ	ว	◌ั	ง	ร	ษ	◌ุ	ณ	ช	ย	า	แ	น	อ
เ	ก	ก	แ	ห	ฟ	ข	ษ	ช	ไ	ผ	ต	ฝ	ง
ด	ผ	ฝ	ร	ม	ะ	ภ	ส	ม	ด	◌ุ	ล	◌ิ	เ
ร	ง	ค	ง	◌ั	ง	า	บ	ไ	อ	ซ	ต	ญ	ท
ต	น	ง	ด	ก	บ	พ	ห	ส	ณ	ถ	ร	ณ	ศ

ขม   ของเหลว
ความกระหาย   น้ำหนัก
แคลอรี่   โปรตีน
กินได้   คุณภาพ
อาหาร   แข็งแรง
การย่อย   สุขภาพ
เครื่องเทศ   ซอส
สมดุล   รสชาติ
การหมัก   พิษ
คาร์โบไฮเดรต   วิตามิน

58 - Créativité

ศ	ค	แ	ร	ง	บ	ั	น	ด	า	ล	ไ	จ	โ
ช	ิ	ว	ป	ร	ะ	ด	ิ	ษ	ฐ	์	า	ซ	ด
ป	์	ล	า	่	ม	า	ร	ด	ส	ด	จ	ร	ย
ไ	ณ	น	ป	ม	ค	ป	ไ	ฟ	พ	ช	ผ	ต	ธ
ฉ	ม	ย	ถ	ะ	ป	ฉ	ค	ฝ	น	ต	เ	ธ	ร
ป	ร	ี	ช	า	ร	ร	ซ	ด	จ	ฝ	เ	ก	ร
ไ	า	ด	้	ภ	า	บ	ะ	ศ	เ	ณ	ร	อ	ม
บ	อ	เ	ท	ั	ก	ษ	ะ	ท	ด	แ	ย	ไ	ช
ผ	น	อ	แ	ษ	า	เ	อ	ส	ั	ภ	า	พ	า
ล	ห	ไ	ป	ข	น	ญ	ค	ศ	ช	บ	ล	ข	ต
พ	ล	ั	ง	ผ	ต	ณ	ช	ณ	ม	ว	ไ	ท	ิ
น	ิ	ม	ิ	ต	น	ล	บ	อ	า	า	จ	ไ
ฟ	ศ	บ	ษ	อ	ิ	ด	ะ	ห	ว	ก	ต	จ	พ
ธ	ภ	ะ	ว	ฟ	จ	ฝ	ไ	ส	ค	ซ	ง	ด	ธ

ศิลปะ จินตนาการ
แท้ ความประทับใจ
ความชัดเจน แรงบันดาลใจ
ทักษะ ปรีชา
ดราม่า ประดิษฐ์
อารมณ์ โดยธรรมชาติ
ไหล นิมิต
ไอเดีย พลัง
ภาพ

59 - Science Fiction

บ	ม	ก	ด	ส	ช	ช	โ	ส	อ	เ	ง	จ	เ
ป	ห	า	า	ธ	ภ	ห	ร	◌ุ	ะ	พ	โ	ะ	แ
ส	◌ั	ร	ว	น	า	น	ง	ด	ต	◌ั	ศ	ล	ผ
ถ	ศ	ร	เ	ฝ	พ	◌ั	ภ	ข	อ	อ	ป	ไ	ก
า	จ	ะ	ค	◌ี	ล	ง	า	◌ี	ม	ฝ	อ	ง	ง
น	ร	เ	ร	ย	ว	ส	พ	ด	จ	◌ั	ผ	ค	ค
ก	ร	บ	า	ล	ง	◌ี	ย	เ	แ	น	ณ	จ	ฝ
า	ย	◌ิ	ะ	โ	ต	อ	น	ล	◌ึ	ก	ล	◌ั	บ
ร	◌์	ด	ห	น	า	ม	ต	ค	า	น	อ	ล	ณ
ณ	ณ	ข	◌์	โ	ศ	ถ	ร	ฉ	ช	ห	ย	น	พ
◌์	ซ	ข	ญ	ค	ธ	◌ิ	◌์	ท	◌ิ	ส	จ	ญ	ร
ด	◌ิ	ส	โ	ท	เ	ป	◌ี	ย	ศ	ส	ต	ว	ซ
ผ	ไ	ท	ก	เ	ก	า	แ	ล	ก	ซ	◌ี	◌่	ฝ
ด	ภ	ฟ	ห	◌ุ	◌่	น	ย	น	ต	◌์	ร	แ	ป

อะตอม	เพ้อฝัน
โรงภาพยนตร์	หนังสือ
ดิสโทเปีย	โลก
การระเบิด	ลึกลับ
สุดขีด	สิทธิ์
มหัศจรรย์	ดาวเคราะห์
ไฟ	หุ่นยนต์
อนาคต	สถานการณ์
กาแลกซี่	เทคโนโลยี
ภาพลวงตา	

60 - Professions #1

เ	อ	ก	อ	ั	ค	ร	ร	า	ช	ท	ู	ต	พ
ย	ะ	บ	ะ	ช	น	ศ	ษ	ผ	ง	ญ	ม	ย	ย
า	บ	อ	น	ค	น	์	ิ	น	ว	ม	เ	ฉ	า
ท	เ	ผ	ต	บ	า	ป	ก	ล	ด	จ	น	ฝ	บ
ป	ส	ธ	์	ต	ข	ซ	ธ	บ	ป	า	ไ	ข	า
ด	ั	บ	เ	พ	ล	ิ	ง	โ	ั	ิ	ไ	ว	ล
ป	ไ	ฟ	ก	ซ	น	ง	ซ	ค	ซ	ญ	น	น	ง
ป	ะ	ณ	ั	ป	ั	ไ	จ	ั	ร	ถ	ช	ย	ก
ห	ม	อ	น	ป	ก	ฦ	ะ	ช	ต	ะ	บ	ี	ญ
ย	จ	น	ซ	ข	ด	ฮ	ั	น	เ	ต	อ	ร	์
ด	ก	ณ	ร	ช	น	โ	ย	ป	ี	เ	ก	ั	น
า	ย	ท	ว	ิ	ต	จ	ิ	ก	ั	น	ณ	จ	ห
ต	ะ	ธ	ค	ก	ร	อ	ั	ญ	ม	ณ	ี	ผ	จ
า	ห	เ	ณ	ผ	ื	ท	น	า	ย	ค	ว	า	ม

เอกอัครราชทูต	โค้ช
ศิลปิน	พยาบาล
ทนายความ	หมอ
อัญมณี	นักดนตรี
ฮันเตอร์	นักเปียโน
นักบัญชี	ดับเพลิง
นักเต้น	นักจิตวิทยา

61 - Géologie

เ	แ	ท	อ	่	ร	า	บ	ส	ุ	ง	ต	ล	ถ
ห	ค	เ	ก	ล	อ	อ	ค	ว	อ	ท	ซ	์	ไ
ล	ล	ไ	ร	ช	ต	ุ	า	ธ	่	ร	แ	ภ	ฟ
ว	เ	ะ	ก	่	ฟ	ั	ภ	อ	เ	ข	า	ไ	ฟ
ไ	ซ	จ	ช	เ	อ	ว	ส	โ	ซ	น	ฟ	ห	ภ
ป	อ	ว	ท	ซ	ซ	น	ง	ิ	ด	ถ	อ	ิ	ล
ค	ย	ถ	ใ	แ	บ	อ	ั	แ	ร	า	ส	น	ธ
ล	ม	ั	ถ	ท	เ	ส	ร	ช	ก	ค	ซ	ย	ซ
ฟ	แ	ำ	ห	ิ	น	เ	า	์	ป	ภ	ิ	ั	ต
ถ	พ	อ	พ	ะ	ว	ษ	ก	า	ว	า	ล	อ	ศ
ผ	พ	ะ	ร	ญ	ญ	ะ	ะ	ฉ	ธ	ษ	น	ย	แ
ถ	ว	า	ป	ย	น	ธ	ป	ฝ	เ	ผ	น	ท	ภ
ค	ะ	ว	เ	ท	ช	ั	้	น	ณ	ย	ว	ย	ด
ณ	ด	ป	ถ	ญ	ส	ญ	แ	ท	ไ	ข	ไ	ม	ศ

กรด	ไกเซอร์
แคลเซียม	ลาวา
ถ้ำ	แร่ธาตุ
ทวีป	หิน
ปะการัง	ที่ราบสูง
ชั้น	ควอทซ์
คริสตัล	เกลือ
ร่อน	หินย้อย
เหลว	ภูเขาไฟ
ฟอสซิล	โซน

62 - Cirque

กายกรรม
สัตว์
เคล็ดลับ
ลูกโป่ง
ตั๋ว
ลูกอม
ตัวตลก
ชุดแต่งกาย
ช้าง
จักเกอร์

สิงโต
นักมายากล
มายากล
แสดง
ดนตรี
ขบวนแห่
ลิง
งดงาม
เต็นท์
เสือ

63 - Jardin

ก	บ	ผ	ถ	ด	ษ	ด	น	บ	ห	ซ	ข	ญ	ส
ว	อ่	อั	ล	พ	อ	อ่	ท	ะ	ญ	ผ	ว	ภ	น
ป	อ	ภ	ส	ะ	ก	ก	จ	ย	อ้	ช	อุ	บ	า
ด	น	อิ	ด	ต	ด	ก	ไ	ป	า	ช	ค	ม
ฝ	อ้	ช	ถ	ร	ง	ร	โ	ม	ฟ	น	ว	ส	ห
ค	อำ	บ	ศ	ว	อั	จ	ป	ณ	อ้	บ	ศ	ร	ญ
แ	ร	ง	ส	ภ	ข	อ้	ฉ	ช	ป	อ้	ย	ะ	อ้
ไ	ถ	า	ซ	ง	ค	จ	ว	ท	ษ	า	อ	เ	เา
น	ญ	บ	ด	ต	อ้	น	ไ	ม	อ้	น	ช	บ	ข
แ	ท	ร	ม	โ	พ	ล	อื	น	ส	ถ	พ	อื	ณ
ส	ว	น	ผ	ล	ไ	ม	อ้	ผ	ม	จ	อื	ย	ฝ
ก	ถ	ก	ด	ร	พ	ช	ไ	ห	ป	ไ	ช	ง	ไ
เ	ป	ล	ญ	ว	น	ช	ม	อ้	า	น	อั	อ่	ง
ถ	น	ถ	ร	พ	ด	ผ	ห	บ	ผ	ฉ	ว	จ	ด

ต้นไม้	วัชพืช
ม้านั่ง	พลั่ว
บุช	สนามหญ้า
รั้ว	ระเบียง
บ่อน้ำ	คราด
ดอกไม้	ดิน
โรงรถ	ชานบ้าน
เปลญวน	แทรมโพลีน
หญ้า	ท่อ
สวน	สวนผลไม้

64 - Santé et Bien Être #1

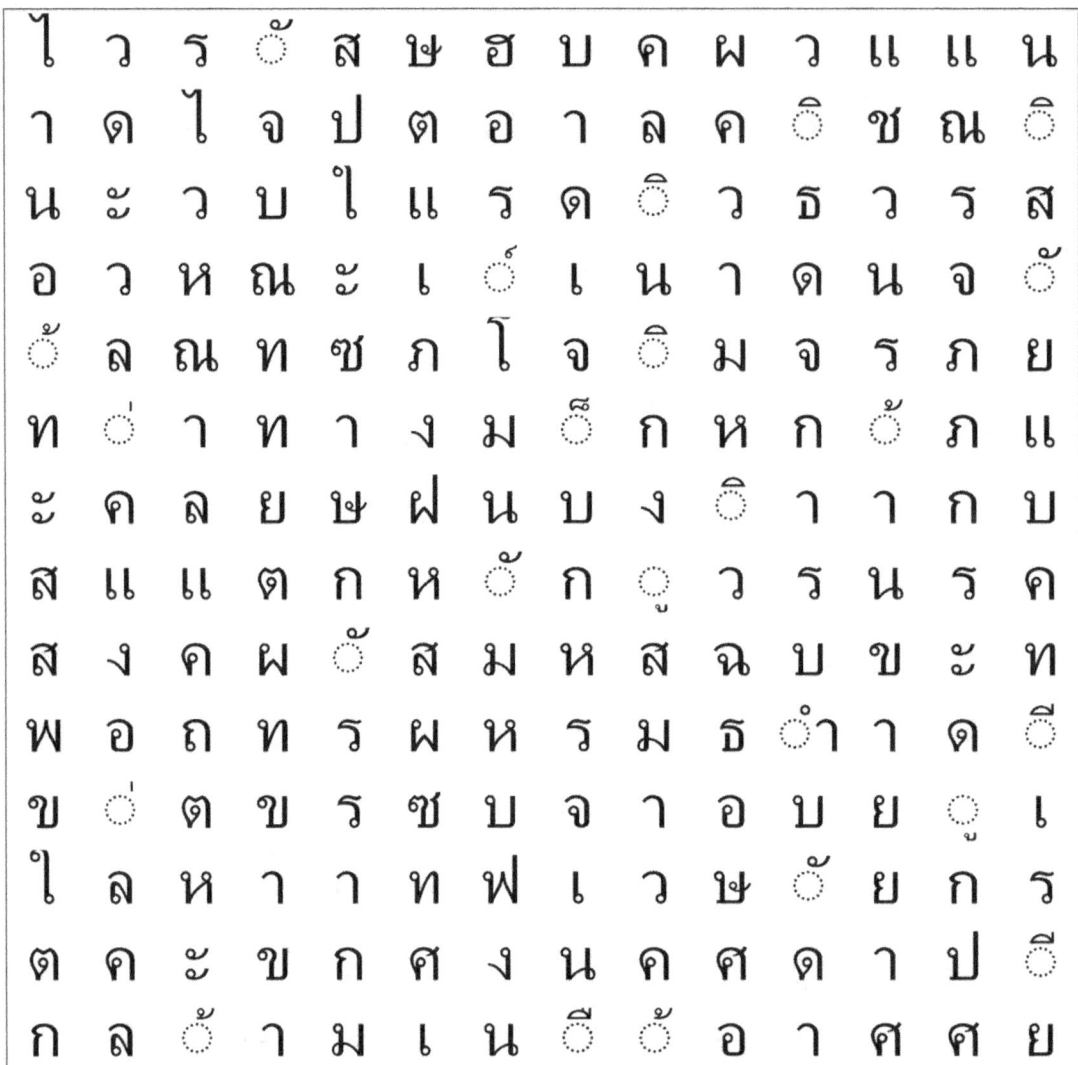

คล่องแคล่ว	ยา
แบคทีเรีย	กล้ามเนื้อ
บาดเจ็บ	กระดูก
คลินิก	ผิว
ความหิว	ร้านขายยา
แตกหัก	ท่าทาง
นิสัย	สะท้อน
ความสูง	การบำบัด
ฮอร์โมน	การรักษา
หมอ	ไวรัส

65 - Barbecues

ภ	ส	ณ	จ	ต	ค	ธ	ด	อ	ไ	ด	ไ	ร	ม
เ	ก	ล	อื	อ	ผ	ค	ซ	ส	ช	น	อ	อั	ะ
ใ	ส	ห	แ	พ	า	บ	ป	า	ฤ	ต	า	อ	เ
อ	า	ห	า	ร	เ	ย	อ็	น	ด	ร	ห	น	ข
เ	ท	า	พ	ค	ธ	า	ษ	น	อุ	อี	า	ข	อื
ธ	ง	ด	ฟ	ล	ว	ฝ	ด	ไ	ร	ถ	ร	ค	อ
ส	อ้	อ	ม	ว	ฟ	า	อ้	ม	อ้	ห	ก	ร	เ
ย	บ	ย	ใ	จ	ด	อื	ม	อ	อ	ป	ล	อ	ท
ไ	ถ	ท	ส	ะ	จ	อ	ไ	ห	น	บ	า	บ	ศ
ษ	ย	ไ	ะ	ล	ซ	เ	ล	ว	อิ	ผ	ง	ค	บ
จ	อ่	ก	ไ	อ	อั	อ	ผ	อั	น	ว	ว	ร	ม
ศ	า	อิ	ย	ซ	า	ด	ส	ห	ป	บ	อั	อั	แ
ภ	ง	ร	เ	ก	ม	ต	ผ	อั	ก	ม	น	ว	ผ
เ	อ	พ	น	ภ	ผ	ผ	ภ	ช	ศ	ง	ข	ว	ภ

ร้อน	เกม
มีด	ผัก
อาหารกลางวัน	ดนตรี
อาหารเย็น	หัวหอม
ฤดูร้อน	พริกไทย
ความหิว	ไก่
ครอบครัว	สลัด
ส้อม	ซอส
ผลไม้	เกลือ
ย่าง	มะเขือเทศ

66 - Animaux de Compagnie

ษ	ก	ก	ค	ฉ	ฟ	ณ	ค	ส	แ	ไ	ส	ภ	ช
ไ	ฟ	ร	ร	น	ป	ธ	ธ	า	ย	น	ั้	น	ส
ว	ก	า	ะ	ง	า	ห	หฺ	ย	ศ	ำ	ต	จ	ห
ม	ฟ	ห	ส	ต	เ	ต	บ	จ	น	ำ	ว	ษ	ป
แ	พ	า	ม	ห	่	ล	ธ	ุ	เ	ไ	แ	ส	ล
ก	ฮ	อ	ส	ม	ร	า	็	ง	ฟ	ด	พ	ช	า
ฺ	อ	ม	ฉ	ผ	อ	่	ย	บ	า	ก	ท	แ	ก
ล	ด	ร	ส	ด	ไ	ต	ห	ณ	ม	ก	ย	ม	่
ย	ก	ล	ม	เ	ญ	เ	ธ	ท	ห	ผ	์	ว	ง
ล	ว	ั	ว	ถ	ต	ฉ	ป	ไ	ก	ย	ษ	้	้
ด	ข	ญ	ไ	ส	ะ	อ	ห	น	ุ	ป	ภ	ก	ิ
ว	ฝ	ย	ฟ	ะ	อ	ร	ร	บ	ล	ะ	ผ	แ	ก
ห	ภ	ข	ม	ล	ป	ม	อ	์	แ	พ	ะ	ก	ห
ท	ะ	ก	ไ	ะ	ต	ณ	ล	ค	พ	ต	ส	น	เ

แมว · กิ้งก่า
ลูกแมว · อาหาร
แพะ · นกแก้ว
หมา · ปลา
ลูกหมา · หาง
น้ำ · หนู
กรงเล็บ · เต่า
แฮมสเตอร์ · วัว
สายจูง · สัตวแพทย์
กระต่าย

67 - Insectes

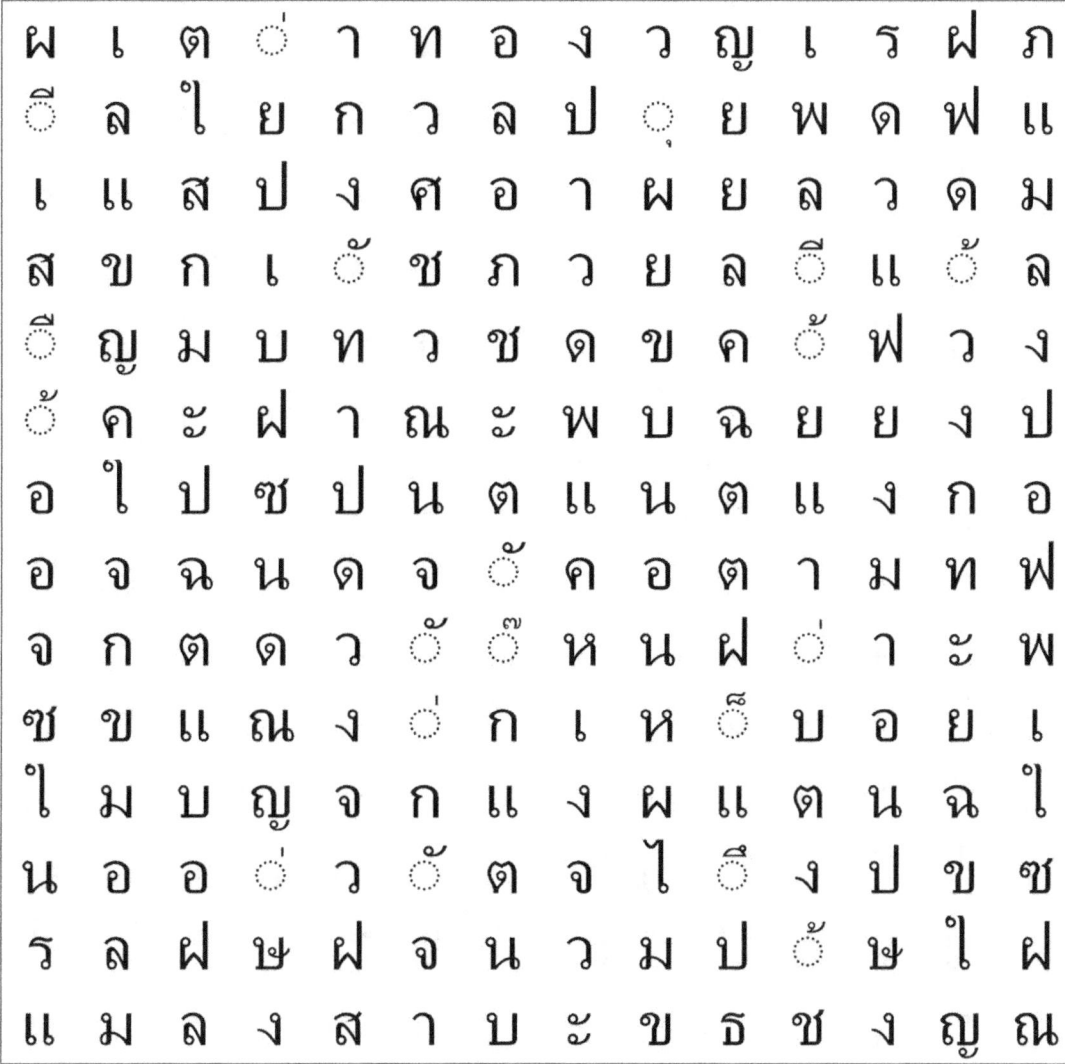

ผ	เ	ต	อ่	า	ท	อ	ง	ว	ญ	เ	ร	ฝ	ภ
อี	ล	ใ	ย	ก	ว	ล	ป	อุ	ย	พ	ด	ฟ	แ
เ	แ	ส	ป	ง	ศ	อ	า	ผ	ย	ล	ว	ด	ม
ส	ข	ก	เ	อ้	ช	ภ	ว	ย	ล	อี	แ	อ้	ล
อี	ญ	ม	บ	ท	ว	ช	ด	ข	ค	อ้	ฟ	ว	ง
อ้	ค	ะ	ฝ	า	ณ	ะ	พ	บ	ฉ	ย	ย	ง	ป
อ	ใ	ป	ซ	ป	น	ต	แ	น	ต	แ	ง	ก	อ
อ	จ	ฉ	น	ด	จ	อ้	ค	อ	ต	า	ม	ท	ฟ
จ	ก	ต	ด	ว	อ่	อ๊	ห	น	ฝ	อ่	า	ะ	พ
ซ	ข	แ	ณ	ง	อ่	ก	เ	ห	อ๊	บ	อ	ย	เ
ใ	ม	บ	ญ	จ	ก	แ	ง	ผ	แ	ต	น	ฉ	ใ
น	อ	อ	อ่	ว	อ้	ต	จ	ไ	อึ	ง	ป	ข	ซ
ร	ล	ฝ	ษ	ฝ	จ	น	ว	ม	ป	อ้	ษ	ใ	ฝ
แ	ม	ล	ง	ส	า	บ	ะ	ข	ธ	ช	ง	ญ	ณ

ผึ้ง   กงแตนแตน

แมลงสาบ   ยุง

จักจั่น   ผีเสื้อ

เต่าทอง   เห็บ

ปาทังกา   เพลี้ย

มด   ตั๊กแตน

แตน   ด้วง

ต่อ   ปลวก

ตัวอ่อน   หนอน

แมลงปอ

68 - Ferme #1

เ เ พ ส ฟ น อ น ซ ช ข ห อ ม
จ แ ก ว ั ว ือ ล ญ ง ซ ซ ด ไ
ต ไ ด ษ ด ์ ก ผ ฉ แ ธ ด ผ ถ
ว ม ้ า ต ้ า ธ ถ พ น ด ฉ ก
ฉ ง ิ ท ะ ร ก ฟ ไ ญ บ ะ ส า
ฟ ู ฝ อ พ ไ ก อ ะ ฝ ฟ ม ะ ค
ถ ฝ ศ ค แ ไ ไ ร ป ซ ะ ย ร ไ
ผ ภ ว ล เ ะ ร ไ ร ุ ไ ภ ณ ฉ
เ ย น พ ฝ ไ เ ก บ ม ์ พ ะ ไ
ง ำ ว ข ห น ภ ่ ง า ฟ ย ษ ห
ข ้ า ว ม แ ก ด อ น ห ง ต บ
แ น ื ผ า ช ส ค ่ ส ล ธ า ซ
ส ช ง ผ ือ ้ ำ ้ น า า ล ะ ไ
ง ข ล ถ ไ ต ษ ป แ ธ ร ย จ แ

ผึ้ง	อีกา
เกษตรกรรม	น้ำ
ลา	ปุ๋ย
กระทิง	ฟาง
สนาม	น้ำผึ้ง
แมว	ไก่
ม้า	ข้าว
แพะ	ฝูง
หมา	วัว
รั้ว	น่อง

69 - Escalade

ค	ญ	ส	ง	ญ	ป	ม	ไ	ใ	ณ	ห	ก	แ	ไ
ญ	ว	ญ	ฉ	า	ใ	เ	ง	ค	น	ม	ฟ	ผ	ซ
ร	ง	า	ห	ข	ไ	ถ	พ	ำ	ซ	ว	ด	น	ช
ะ	ถ	ช	ม	ป	ล	ก	า	แ	ค	ก	ย	ท	ป
ด	ุ	ว	ฟ	อ	ว	น	ภ	น	ห	น	า	ี	ไ
้	ง	ย	ษ	อ	ย	ย	ย	ะ	ฟ	ิ	ท	่	ห
บ	ม	ช	ว	ท	ด	า	า	น	เ	ร	า	ณ	ค
ค	ี	ี	ถ	ป	แ	ญ	ก	ำ	ค	ภ	้	ไ	ก
ว	อ	่	ศ	้	ณ	ณ	ง	ร	แ	้	ท	ฝ	า
า	ฝ	เ	ญ	ศ	ำ	ก	า	ล	ุ	ย	ม	ไ	ร
ม	ธ	้	บ	บ	ร	ะ	ท	ซ	า	้	า	อ	อ
ส	ข	ุ	บ	ร	ร	ย	า	ก	า	ศ	ว	ท	บ
ุ	พ	ผ	ค	ว	า	ม	ม	้	่	น	ค	ง	ร
ง	ล	ธ	แ	บ	า	ด	เ	จ	็	บ	จ	ศ	ม

ระดับความสูง	แคบ
บรรยากาศ	แรง
บาดเจ็บ	การอบรม
แผนที่	ถุงมือ
หมวกนิรภัย	ถ้ำ
ความอยากรู้	คำแนะนำ
ความท้าทาย	ทางกายภาพ
ผู้เชี่ยวชาญ	ความมั่นคง

70 - Café

น	ญ	า	ธ	ถ	จ	ห	ษ	ผ	ค	ถ	ว้	ว	ย
ธ	ั้	จ	ณ	บ	ช	ฉ	ธ	ฟ	า	ั้	ช	เ	ร
ไ	ว	ำ	า	ต	ถ	ว	ล	ห	เ	ง	อ	ข	ส
ภ	ข	ป	ม	ถ	ฝ	ว	ะ	า	ฟ	อ	ถ	ค	ช
ล	ค	ค	จ	ล	ช	ม	ว	ด	อ	ร	พ	ผ	า
จ	ฟ	ด	ไ	ไ	ฟ	บ	ธ	ซ	ี	ก	ร	น	ต
ษ	น	ษ	ช	ส	ส	พ	ซ	ณ	น	ผ	ท	ฟ	ิ
ล	ด	ษ	ห	ต	ผ	ำ	ศ	ะ	ษ	ญ	น	ญ	ส
เ	ค	ร	ื	่	อ	ง	ด	ื	่	ม	้	อ	ต
จ	ค	ท	ื	่	ม	า	บ	ื	ส	น	ำ	ด	จ
า	ฝ	ร	ม	ม	ศ	ช	น	ไ	ส	ล	ต	ภ	ไ
ต	ผ	ธ	ื	ย	ก	ฝ	ไ	ม	ไ	น	า	า	ช
ร	า	ค	า	ม	่	ื	ด	า	ข	ช	ล	ล	า
ส	ร	ต	ป	ข	ก	ล	ิ	่	น	ห	อ	ม	ถ

ขม	ของเหลว
กลิ่นหอม	เช้า
ดื่ม	บด
เครื่องดื่ม	สีดำ
คาเฟอีน	ที่มา
ครีม	ราคา
น้ำ	รสชาติ
กรอง	น้ำตาล
นม	ถ้วย

71 - Antarctique

อ่าว

ปลาวาฬ

นักวิจัย

การอนุรักษ์

ทวีป

น้ำ

สิ่งแวดล้อม

การเดินทาง

ภูมิศาสตร์

น้ำแข็ง

กลาเซียร์

หมู่เกาะ

การโยกย้าย

แร่ธาตุ

นก

คาบสมุทร

ขรุขระ

วิทยาศาสตร์

อุณหภูมิ

72 - Professions #2

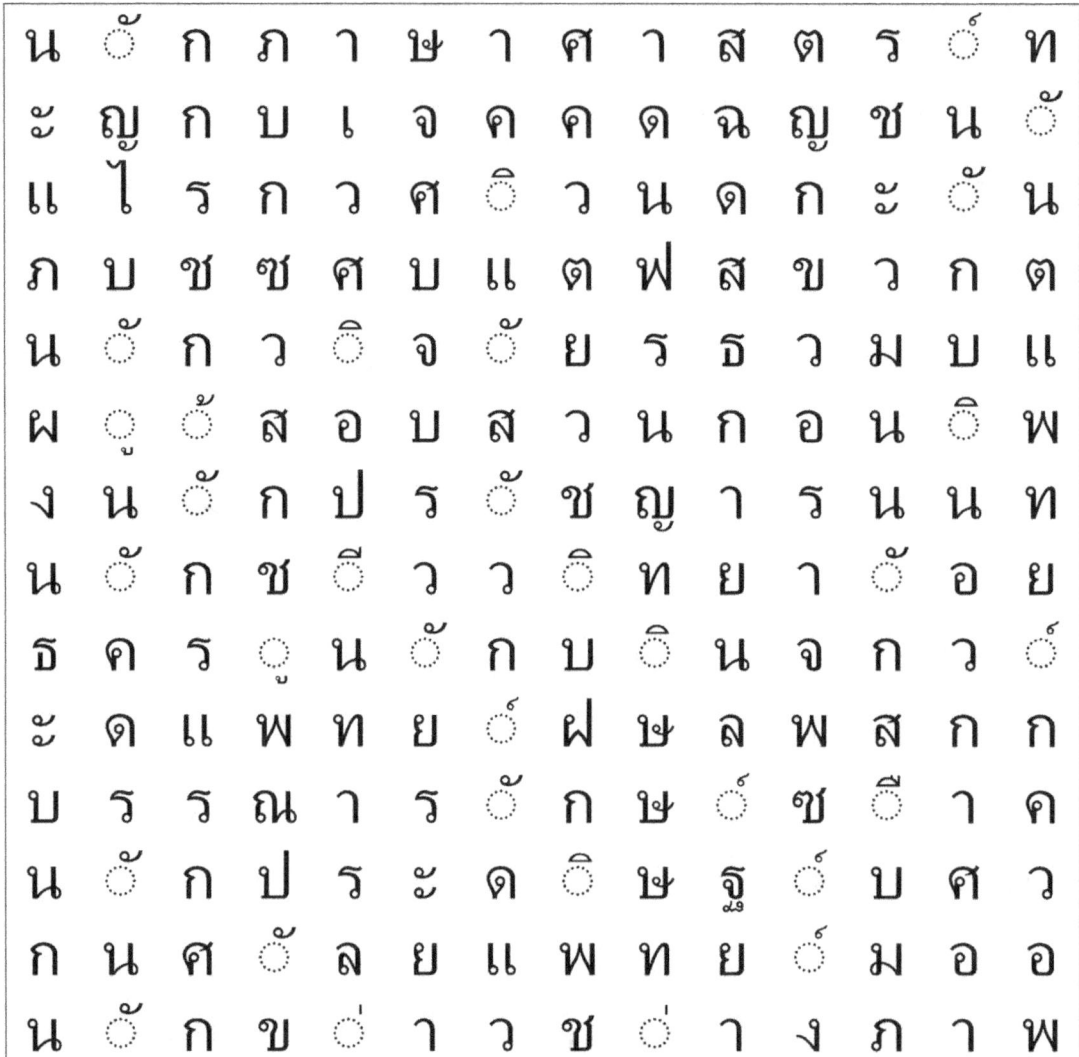

น	ั	ก	ภ	า	ษ	า	ศ	า	ส	ต	ร	์	ท
ะ	ญ	ก	บ	เ	จ	ค	ค	ด	ฉ	ญ	ช	น	ั
แ	ไ	ร	ก	ว	ศ	ิ	ว	น	ด	ก	ะ	ั	น
ภ	บ	ช	ซ	ศ	บ	แ	ต	ฟ	ส	ข	ว	ก	ต
น	ั	ก	ว	ิ	จ	ั	ย	ร	ธ	ว	ม	บ	แ
ผ	ู	้	ส	อ	บ	ส	ว	น	ก	อ	น	ิ	พ
ง	น	ั	ก	ป	ร	ั	ช	ญ	า	ร	น	น	ท
น	ั	ก	ช	ี	ว	ว	ิ	ท	ย	า	ั	อ	ย
ธ	ค	ร	ู	น	ั	ก	บ	ิ	น	จ	ก	ว	์
ะ	ด	แ	พ	ท	ย	์	ฝ	ษ	ล	พ	ส	ก	ก
บ	ร	ร	ณ	า	ร	ั	ก	ษ	์	ซ	ื	า	ค
น	ั	ก	ป	ร	ะ	ด	ิ	ษ	ฐ	์	บ	ศ	ว
ก	น	ศ	ั	ล	ย	แ	พ	ท	ย	์	ม	อ	อ
น	ั	ก	ข	่	า	ว	ช	่	า	ง	ภ	า	พ

นักบินอวกาศ   นักประดิษฐ์
บรรณารักษ์   คนสวน
นักชีววิทยา   นักข่าว
นักวิจัย   นักภาษาศาสตร์
ศัลยแพทย์   แพทย์
ทันตแพทย์   จิตรกร
นักสืบ   นักปรัชญา
ผู้สอบสวน   ช่างภาพ
ครู   นักบิน
วิศวกร

73 - Les Abeilles

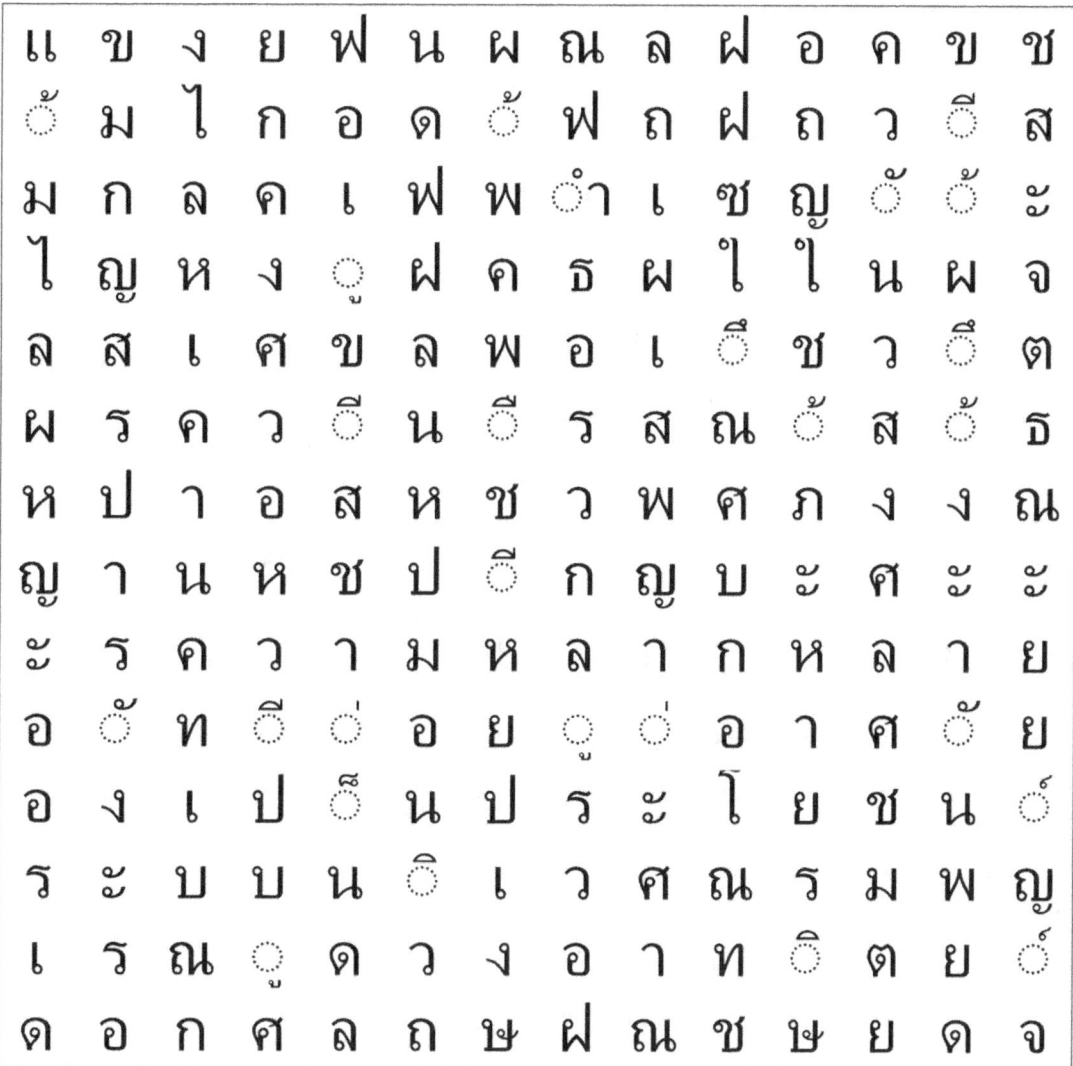

แ	ข	ง	ย	ฟ	น	ผ	ณ	ล	ฝ	อ	ค	ข	ช
้	ม	ไ	ก	อ	ด	้	ฟ	ถ	ฝ	ถ	ว	ื	ส
ม	ก	ล	ค	เ	ฟ	พ	ำ	เ	ซ	ญ	ั	้	ะ
ไ	ญ	ห	ง	ุ	ฝ	ค	ธ	ผ	ไ	ใ	น	ผ	จ
ล	ส	เ	ศ	ข	ล	พ	อ	เ	ึ	ช	ว	ื	ต
ผ	ร	ค	ว	ี	น	ี	ร	ส	ณ	้	ส	้	ธ
ห	ป	า	อ	ส	ห	ช	ว	พ	ศ	ภ	ง	ง	ณ
ญ	า	น	ห	ช	ป	ี	ก	ญ	บ	ะ	ศ	ะ	ะ
ะ	ร	ค	ว	า	ม	ห	ล	า	ก	ห	ล	า	ย
อ	ั	ท	ี	ิ	อ	ย	ุ	ิ	อ	า	ศ	้	ย
อ	ง	เ	ป	็	น	ป	ร	ะ	โ	ย	ช	น	์
ร	ะ	บ	บ	น	ิ	เ	ว	ศ	ณ	ร	ม	พ	ญ
เ	ร	ณ	ู	ด	ว	ง	อ	า	ท	ิ	ต	ย	์
ด	อ	ก	ศ	ล	ถ	ษ	ฝ	ณ	ช	ษ	ย	ด	จ

ปีก	ที่อยู่อาศัย
เป็นประโยชน์	แมลง
ขี้ผึ้ง	สวน
ความหลากหลาย	น้ำผึ้ง
ฝูง	อาหาร
ระบบนิเวศ	พืช
ดอก	เรณู
ดอกไม้	ควีน
ผลไม้	รัง
ควัน	ดวงอาทิตย์

74 - Santé et Bien Être #2

แ	ไ	ณ	เ	ค	ก	โ	อ	า	ห	า	ร	เ	ช
โ	ร	ค	ล	ว	น	า	ภ	ค	า	ไ	ไ	ญ	ย
ก	ณ	ค	ื	า	ั	ค	ร	ช	พ	ฟ	ธ	ท	า
า	บ	ว	อ	ม	ห	ว	ร	ก	น	จ	า	ญ	ก
ร	น	า	ด	เ	ำ	ถ	ถ	ข	ู	า	ไ	ภ	ง
ต	ส	ม	ว	ค	้	ซ	บ	จ	แ	้	ก	เ	า
ิ	ุ	ก	น	ร	น	ห	ฉ	ฟ	ย	ฟ	ค	า	่
ด	ข	ร	ด	ี	พ	ล	ั	ง	ง	า	น	ื	ร
เ	อ	ะ	ซ	ย	า	แ	ข	็	ง	แ	ร	ง	น
ช	น	ห	ม	ด	โ	ร	ง	พ	ย	า	บ	า	ล
ื	า	า	พ	ั	น	ธ	ุ	ศ	า	ส	ต	ร	์
้	ม	ย	ก	า	ร	ค	า	ย	น	้	ำ	ย	ห
อ	ั	ข	ป	ฟ	ว	ภ	ุ	ม	ิ	แ	พ	้	เ
พ	ย	ไ	ก	ล	ฝ	ฝ	แ	ค	ล	อ	ร	ี	่

ภูมิแพ้	การติดเชื้อ
ความกระหาย	โรค
แคลอรี่	นวด
ร่างกาย	โภชนาการ
การคายน้ำ	น้ำหนัก
อาหาร	การกู้คืน
พลังงาน	แข็งแรง
พันธุศาสตร์	เลือด
โรงพยาบาล	ความเครียด
สุขอนามัย	

75 - Conduite

ต	น	ต	ซ	ค	อ	ไ	ต	พ	ะ	ษ	ฉ	ถ	ฟ
ำ	ะ	์	ไ	ภ	ค	์	์	ผ	ห	แ	ท	ถ	ช
ร	ข	น	บ	ง	่	ส	น	ข	ร	า	ก	ฝ	ป
ว	ญ	ย	อ	ศ	ี	็	ย	ต	ศ	ไ	ศ	ะ	แ
จ	ง	ง	น	โ	ท	ก	น	ุ	ร	เ	บ	ร	ค
ศ	ร	อ	ุ	ร	น	แ	า	ห	ค	า	ต	บ	์
ก	ถ	่	ญ	ง	ผ	ซ	ย	เ	ว	ป	ย	ค	ง
ุ	า	ี	า	ร	แ	ถ	ร	ต	า	ฝ	ว	ท	ม
ท	ญ	ร	ต	ถ	ข	ภ	ก	ิ	ม	บ	ร	ไ	โ
ร	ย	ค	จ	ว	ข	ณ	ั	บ	เ	น	ษ	า	ุ
ร	จ	เ	ฟ	ร	แ	อ	จ	ั	ร	บ	ป	ม	อ
บ	ศ	ธ	ะ	ล	า	ศ	ถ	ุ	็	ล	ฉ	ญ	ข
ถ	ช	ไ	แ	ร	ศ	จ	ร	อ	ว	ถ	น	น	ภ
ร	ฟ	ข	ง	อ	ไ	ห	ร	ฉ	า	ง	ญ	ภ	ค

อุบัติเหตุ
รถบรรทุก
แผนที่
อันตราย
เบรค
โรงรถ
แก๊ส
ใบอนุญาต
เครื่องยนต์

รถจักรยานยนต์
ตำรวจ
ถนน
การจราจร
การขนส่ง
อุโมงค์
ความเร็ว
รถ

76 - Plantes

ก	น	ด	ถ	ห	ไ	ผ	ว	ช	ป	ฉ	ห	ร	ฟ
ม	ร	ซ	ค	ญ	ฟ	ม	ล	อ	◌ุ	บ	◌ื	ล	ก
อ	เ	ะ	ค	◌้	ล	ท	◌้	อ	◌์	◌ุ	ห	ช	ย
ส	ด	บ	บ	า	ผ	ถ	ม	ไ	ย	ช	ร	ร	ต
ส	อ	เ	อ	อ	ไ	ป	ไ	เ	ผ	ส	า	◌่	ป
◌์	ก	ต	เ	ร	ง	า	บ	ว	ช	◌่	ก	◌ื	ห
ผ	ไ	◌ิ	ป	ศ	◌์	เ	ใ	จ	ศ	ว	อ	ว	ง
ภ	ม	บ	ธ	ฉ	จ	ร	พ	ฉ	ป	ฝ	ก	อ	ฟ
ม	◌้	โ	ศ	ด	บ	ผ	◌ื	ช	ห	ก	ภ	ไ	ล
ร	น	ต	ผ	บ	ถ	ถ	ห	◌่	ร	พ	◌ื	ช	อ
ต	◌้	น	ไ	ม	◌้	ภ	ห	ศ	พ	ส	ห	ธ	ร
พ	ฤ	ก	ษ	ศ	า	ส	ต	ร	◌์	ว	ศ	ห	า
ส	ว	ศ	ร	ย	ป	ศ	พ	ก	ฉ	น	ส	แ	ไ
ฟ	ม	า	บ	ป	ษ	ถ	◌้	◌่	ว	ห	ม	ะ	ย

ต้นไม้	ป่า
เบอร์รี่	เติบโต
ไม้ไผ่	ถั่ว
พฤกษศาสตร์	หญ้า
บุช	สวน
กระบองเพชร	ไอวี่
ปุ๋ย	มอสส์
ใบไม้	กลีบ
ดอกไม้	ราก
ฟลอรา	พืช

77 - Ferme #2

ข	น	ท	ไ	ข	เ	ค	อ	ว	เ	ต	ช	เ	ก
อ้	ม	ด	ผ	ผ	ย	ผ	ร	อ็	ง	ผ	อื	อ็	ง
า	ม	า	ล	ห	อ์	ล	โ	ช	า	ว	แ	ย	ล
ว	ร	ไ	อ	ภ	ล	ไ	ร	ค	น	ฟ	ก	ช	อู
ส	ส	ถ	ศ	น	อ่	ม	ง	ด	ว	ม	ะ	ภ	ก
า	ว	ร	แ	า	เ	อ้	น	ป	า	ไ	ฉ	แ	แ
ล	น	ช	บ	ท	อ์	ด	า	ฝ	ช	า	ด	อ	ก
อี	ผ	ท	เ	ะ	ร	ถ	พ	ด	อ	ค	ม	ข	ะ
ว	ล	น	ป	ร	า	ก	ป	โ	ต	ว	ส	ล	ษ
ม	ไ	เ	อ็	ป	บ	อ้	เ	ล	ว	อ์	ต	อ้	ส
ศ	ม	น	ด	ล	ห	ผ	ฟ	ต	อ	า	ห	า	ร
ย	อ้	ล	พ	ช	พ	แ	ห	ช	อ	ห	อ้	ล	ผ
ท	อุ	อ่	ง	ห	ญ	อ้	า	ป	ป	ร	ป	ข	ธ
ค	น	เ	ล	อี	อ้	ย	ง	แ	ก	ะ	อ์	ด	า

ลูกแกะ	ลามา
ชาวนา	ผัก
สัตว์	ข้าวโพด
คนเลี้ยงแกะ	แกะ
ข้าวสาลี	อาหาร
เป็ด	บาร์เล่ย์
ผลไม้	ทุ่งหญ้า
โรงนา	รังผึ้ง
ชลประทาน	รถแทรกเตอร์
นม	สวนผลไม้

78 - Vacances #2

ช	ะ	ผ	บ	ข	ผ	ร	ญ	เ	ว	ญ	ผ	จ	ร
ร	า	ห	า	อ	น	า	ั้	ร	ต	ือ	ค	ะ	ถ
ส	ก	ย	ส	จ	ะ	ก	ข	ฟ	ผ	็	ซ	ห	ไ
น	เ	โ	ห	ข	ห	า	ข	เ	ฺู	ภ	น	่	ฟ
า	ก	ร	ด	า	ศ	ร	ง	ช	า	ต	ไ	ท	า
ม	ะ	ง	ป	ร	ด	ข	ผ	ธ	ถ	ก	ง	จ	์
บ	ย	แ	่	ือ	ท	น	ผ	แ	จ	ล	ป	ห	ษ
ิ	จ	ร	ร	ญ	ฝ	ส	ส	ท	ต	ม	ล	ร	อ
น	ส	ม	ฟ	ซ	ือ	่	ก	็	ท	แ	า	ม	จ
ฝ	ฝ	ไ	ะ	ส	จ	ง	ญ	ไ	ม	ร	ย	ว	ส
ช	า	ว	ต	่	า	ง	ช	า	ต	ิ	ท	จ	ท
ษ	ฝ	ะ	ม	ว	ั	น	ห	ย	ฺุ	ด	า	อ	ะ
ญ	ป	ก	เ	ว	ล	า	ว	่	า	ง	ง	ง	เ
ซ	ภ	า	พ	ถ	่	า	ย	ภ	ฝ	น	ข	ะ	ล

สนามบิน
แผนที่
ปลายทาง
ชาวต่างชาติ
โรงแรม
เกาะ
เวลาว่าง
ทะเล
ภูเขา
ภาพถ่าย

ชายหาด
ร้านอาหาร
จอง
แท็กซี่
เต็นท์
รถไฟ
การขนส่ง
วันหยุด
วีซ่า

79 - Temps

เ	ศ	ก	ธ	ส	ธ	ช	แ	เ	ด	ือ	อ	น	ะ
ม	ต	ษ	่	ะ	ผ	ั้	ล	อ	บ	ช	ร	ร	อ
ือ	ว	ฝ	า	อ	ฝ	่	อ	น	า	ค	ต	ฟ	ป
่	ร	ฝ	ใ	ง	น	ว	ก	ล	า	ง	ค	ือ	น
อ	ร	ข	จ	แ	ก	โ	ม	ษ	ล	ก	ช	ผ	ท
ว	ษ	ท	า	ช	ส	ม	ต	อ	น	น	ือ	ั้	ิ
า	ล	ศ	ก	า	จ	ง	ั	ล	ห	ง	น	ป	ิ
น	ป	ว	ิ	ช	ั้	ซ	า	ธ	์	ไ	า	ะ	ฏ
ศ	ร	ร	ฟ	ั้	ด	ช	า	ด	า	ร	ท	ถ	ป
แ	ะ	ร	า	่	แ	ณ	เ	ว	ด	า	ือ	ษ	ว
ะ	จ	ษ	น	ม	ต	น	ส	ั	ป	ร	ด	บ	ด
ณ	ำ	ก	อ	ไ	ญ	แ	ซ	น	ั	ย	ห	แ	ก
จ	ป	ช	ย	น	ข	ป	ว	ซ	ส	ล	จ	ต	ห
พ	ือ	ต	บ	ใ	ร	เ	ร	เ	ท	ือ	่	ย	ง

ปี	นาฬิกา
ประจำปี	วัน
หลังจาก	ตอนนี้
ก่อน	เช้า
ในไม่ช้า	เที่ยง
ปฏิทิน	นาที
ทศวรรษ	เดือน
อนาคต	กลางคืน
ชั่วโมง	สัปดาห์
เมื่อวาน	ศตวรรษ

80 - Maison

ผ	จ	ต	พ	น	น	ข	ณ	ศ	น	บ	ฉ	โ	แ
ษ	น	ณ	ร	ฝ	ร	ส	ส	ช	ไ	ฟ	แ	ร	ส
เ	ฝ	้ั	ม	ย	ผ	้	า	ม	่	า	น	ง	ว
เ	ป	ก	ง	์	ภ	ล	ห	น	ะ	ร	ม	ร	น
ภ	พ	ณ	ิ	ี	ป	ร	ะ	ต	ุ	ั	ไ	ถ	ะ
ณ	ศ	ด	ผ	ค	ร	ั	ว	อ	ฉ	้	แ	ท	ม
เ	ฝ	น	า	เ	ห	ม	ก	ย	า	ว	ม	ผ	ว
ก	ภ	ซ	ต	น	้	ก	ต	ช	ม	บ	แ	น	ญ
ร	ไ	ต	เ	ธ	อ	ณ	ฟ	ส	ช	ศ	น	ข	ค
ะ	ด	ม	ุ	ส	ง	อ	้	ห	ร	ย	ผ	ั	ต
จ	บ	ฉ	ไ	ม	้	ก	ว	า	ด	ญ	จ	ห	ำ
ก	ณ	ภ	ษ	ห	น	ั	า	ต	่	า	ง	ไ	ย
า	โ	ค	ม	ไ	ฟ	ห	ั	ง	ค	า	ท	ล
ห	้	อ	ง	ไ	ต	้	ห	ล	ั	ง	ค	า	ญ

ไม้กวาด	ห้องใต้หลังคา
ห้องสมุด	สวน
ห้อง	โคมไฟ
เตาผิง	กระจก
คีย์	ผนัง
รั้ว	เพดาน
ครัว	ประตู
อาบน้ำ	ผ้าม่าน
หน้าต่าง	พรม
โรงรถ	หลังคา

81 - Légumes

กระเทียม

อาติโช๊ค

มะเขือ

บรอกโคลี

แครอท

ขึ้นฉ่าย

เห็ด

ฟักทอง

แตงกวา

หอม

ผักโขม

ขิง

หัวผักกาด

หัวหอม

มะกอก

ผักชีฝรั่ง

ถั่ว

หัวไชเท้า

สลัด

82 - Famille

สคหะราไมพทมภยส
าไะฝผจผยษคลรธส
มฺ์นญดฝฟไบไตรวน
ฺีมปฺฺฺู์มแฝวกณยฺ์น
ยาชงอฺ์นเาษฉายฟ
ลรฝฺหฺฺฉดสแภะเณ
ญดไลงผพฺ็งาฝคดห
วาสกฺลงกอศษดฺ็ล
หลานสาวธฺ์นษอกา
ปะชญอยบรนถษลตน
าฟฟลฟาตมไขธษทช
ยชสบซยหลานฉาหา
ลฺกพฺีฺลฺกนฺ์องย
บรรพบฺรฺษธกขภย

บรรพบุรุษ	สามี
ลูกพี่ลูกน้อง	มารดา
วัยเด็ก	แม่
เด็ก	หลานชาย
ภรรยา	หลานสาว
ลูกสาว	ลุง
น้องชาย	พ่อ
ยาย	หลาน
ปู่	น้องสาว
ฝาแฝด	ป้า

83 - Oiseaux

น	เ	ป	ื็	ด	ง	ก	พ	ร	อ	น	ไ	ซ	เ
ผ	ก	ภ	ป	ธ	ป	ก	น	ส	ด	ร	จ	ส	พ
ก	น	ก	เ	ง	แ	ร	ค	า	ก	ี	อ	ย	น
ร	ช	ก	า	ศ	เ	ะ	แ	ะ	ง	ท	ล	บ	ก
ะ	า	ห	ก	เ	ป	ส	ู	ฉ	ุ	น	ม	ไ	ว
จ	ถ	่	ข	ร	ห	า	ท	ไ	ท	ิ	ว	จ	ิ
อ	ไ	า	ข	ณ	ะ	ว	จ	ส	ะ	อ	ษ	ล	น
ก	บ	น	ย	า	ฉ	ส	่	ไ	ร	ไ	ก	่	ต
น	ก	แ	ก	้	ว	ฟ	า	า	ก	ภ	ล	น	ธ
น	ก	พ	ิ	ร	า	บ	ถ	เ	ก	อ	ย	ต	า
ฟ	ล	า	ม	ิ	ง	โ	ก	ห	น	ถ	ไ	ข	่
น	ก	ก	ร	ะ	จ	อ	ก	เ	ท	ศ	ย	ม	ช
น	ก	ย	ู	ง	ห	ง	ส	์	ไ	น	ต	พ	ณ
พ	ง	ณ	น	ค	ภ	ช	แ	ะ	ห	ญ	ช	น	ท

อินทรี	เพนกวิน
นกกระจอกเทศ	กระจอก
เป็ด	นางนวล
นกกระสา	ไข่
นกพิราบ	ห่าน
อีกา	นกยูง
นกกาเหว่า	นกแก้ว
หงส์	นกกระทุง
ฟลามิงโก	ไก่
กระสา	ทูแคน

84 - Disciplines Scientifiques

ป	ส	ั	ง	ค	ม	ว	ิ	ท	ย	า	ร	ฟ	อ
พ	ร	ภ	า	ษ	า	ศ	า	ส	ต	ร	์	ต	ุ
ข	ก	ะ	น	ิ	เ	ว	ศ	ว	ิ	ท	ย	า	ณ
ค	ล	โ	ส	ส	ั	ต	ว	ว	ิ	ท	ย	า	ห
แ	ศ	บ	จ	า	ห	ุ	่	น	ย	น	ต	์	พ
ร	า	ร	ิ	ย	ท	ช	ธ	ไ	ค	ะ	ผ	ก	ล
่	ส	า	ต	ท	โ	ว	ี	ม	ค	เ	ม	ผ	ศ
ว	ต	ณ	ว	ว	ช	ภ	ิ	ว	ง	า	ย	ฝ	า
ิ	ร	ค	ิ	ิ	ี	ฉ	ช	ท	ว	ท	ท	จ	ส
ท	์	ด	ท	ร	ว	ษ	เ	น	ย	ิ	บ	ฟ	ต
ย	ต	ี	ย	ี	เ	ศ	ค	ธ	า	า	ท	ล	ร
า	ด	ฟ	า	ร	ค	ว	พ	ร	ไ	ก	ถ	ย	์
ก	บ	ก	ง	ส	ม	ล	ณ	ง	เ	ภ	า	ศ	า
า	ย	ท	ว	ิ	ี	ณ	ร	ธ	ม	ภ	ห	ร	แ

โบราณคดี	ประสาทวิทยา
ชีวเคมี	โภชนาการ
ชีววิทยา	สรีรวิทยา
เคมี	จิตวิทยา
นิเวศวิทยา	หุ่นยนต์
ธรณีวิทยา	สังคมวิทยา
ภาษาศาสตร์	อุณหพลศาสตร์
กลศาสตร์	สัตววิทยา
แร่วิทยา	

85 - Univers

ค	บ	ด	ซ	ี	ก	โ	ล	ก	ข	ค	ว	ม	ไ
ม	ร	ว	ก	ท	ไ	พ	บ	ว	อ	ว	เ	อ	แ
อ	ร	ง	ฟ	า	้	ท	ภ	ม	บ	า	ไ	ง	ส
อ	ย	จ	จ	ก	แ	อ	ณ	น	ฟ	ม	ร	เ	ง
า	า	ั	ล	ผ	ซ	ล	ง	ษ	้	ม	เ	ห	อ
ย	ก	น	ต	ะ	จ	ไ	ก	ฟ	า	ื	อ	็	า
้	า	ท	ผ	ไ	ต	ร	ว	ซ	้	ด	ี	น	ท
น	ศ	ร	ษ	จ	ะ	ิ	า	ค	ี	า	ย	ไ	ิ
ต	ณ	์	พ	ว	ซ	ผ	จ	พ	ป	่	ง	ด	ต
ว	ง	โ	ค	จ	ร	ฝ	ด	ุ	ง	ั	ฟ	้	ย
ร	์	ต	ส	า	ศ	า	ร	า	ด	ก	ั	น	์
ด	า	ร	า	ศ	า	ส	ต	ร	์	ผ	ร	เ	ว
เ	ส	้	น	ศ	ุ	น	ย	์	ส	ุ	ต	ร	ธ
ฟ	เ	ส	้	น	แ	ว	ง	ง	ภ	ข	ะ	ผ	ฉ

นักดาราศาสตร์ · เอียง
ดาราศาสตร์ · ละติจูด
บรรยากาศ · เส้นแวง
ท้องฟ้า · ดวงจันทร์
ฟังดู · ความมืด
เส้นศูนย์สูตร · วงโคจร
กาแลกซี่ · แสงอาทิตย์
ซีกโลก · อายัน
ขอบฟ้า · มองเห็นได้

86 - Géographie

บ	ฝ	ข	ท	ท	ว	อี	ป	ไ	ว	แ	เ	ท	ล
แ	เ	ก	า	ะ	ฟ	ข	ษ	ค	ธ	ม	ม	ญ	ะ
ต	ะ	ว	ัน	ต	ก	จ	ร	แ	อ่	อ	ด	ต
จ	น	ไ	ค	ย	ม	ร	ข	ะ	ข	น	ร	น	อิ
ก	ฝ	ย	ง	ต	จ	ท	ย	ด	อ	อ้	อิ	แ	จ
ภ	ณ	ศ	น	ข	ง	อุ	ธ	ัว	พ	อำ	เ	ผ
เ	อุ	ท	ะ	เ	ล	ม	ว	บ	ต	ฉ	ด	น	ด
ม	ฉ	เ	ศ	า	ภ	ส	ห	ค	ก	ภ	อี	ท	แ
อี	ท	ะ	ข	ณ	ป	า	ะ	ว	ล	ส	ย	อี	ห
อ	ษ	ร	ะ	า	ล	ห	ค	า	โ	า	น	อ่	ณ
ง	ณ	ป	แ	อ	ซ	ม	ก	ม	ก	ล	ณ	ซ	ส
ไ	ต	อ้	แ	ข	ภ	ส	ป	ส	อี	ต	ก	ฟ	ร
ท	อิ	ศ	เ	ห	น	อ	อุ	ซ	อ	ย	ช	แ
ก	ไ	ฉ	ด	า	เ	ค	ญ	ง	ศ	แ	ไ	ช	ข

ระดับความสูง	โลก
แอตลาส	ภูเขา
แผนที่	ทิศเหนือ
ทวีป	มหาสมุทร
แม่น้ำ	ตะวันตก
ซีกโลก	ประเทศ
เกาะ	ภาค
ละติจูด	ใต้
ทะเล	อาณาเขต
เมอริเดียน	เมือง

87 - Bâtiments

อ	ะ	น	บ	ก	ใ	ง	ข	น	ง	แ	ด	พ	ม
ง	โ	ย	ด	า	ฬ	ี	ก	ม	า	น	ส	ิ	ห
ศ	ร	ห	อ	ค	อ	ย	จ	้	์	โ	พ	พ	า
ป	ง	เ	ส	ช	ส	ล	ล	เ	ห	ร	ผ	ิ	ว
โ	เ	ว	ต	ไ	ล	บ	ย	ท	ล	ง	ร	ธ	ิ
ร	ร	า	ส	็	ช	ะ	ป	์	า	ง	ด	ภ	ท
ง	ี	ด	ข	ฟ	น	จ	ญ	ร	บ	า	พ	ั	ย
ล	ย	ุ	อ	ง	า	ท	ธ	า	า	น	ร	ณ	า
ะ	น	ด	ใ	ฝ	ผ	ร	์	พ	ย	ส	จ	ฑ	ล
ค	พ	อ	ข	ว	น	ช	์	อ	พ	ไ	า	์	้
ร	า	ห	ิ	ว	า	ห	ม	ม	ง	ว	น	ท	ย
โ	ง	ร	ถ	ฉ	ส	ม	ม	ร	แ	ง	ร	โ	
ส	ถ	า	น	ท	ู	ต	ผ	ห	โ	ร	ร	ท	ล
โ	ร	ง	ภ	า	พ	ย	น	ต	ร	์	โ	า	ณ

สถานทูต	โรงพยาบาล
อพาร์ทเม้น	โรงแรม
ห้าง	พิพิธภัณฑ์
มหาวิหาร	หอดูดาว
ปราสาท	สนามกีฬา
โรงภาพยนตร์	เต็นท์
โรงเรียน	โรงละคร
ฟาร์ม	หอคอย
โรงรถ	มหาวิทยาลัย
โรงนา	โรงงาน

88 - Livres

ผู้เขียน	ประดิษฐ์
การผจญภัย	ผู้อ่าน
ชุด	วรรณกรรม
บริบท	ผู้บรรยาย
ความเป็นคู่	หน้า
เขียน	ที่เกี่ยวข้อง
มหากาพย์	กลอน
เรื่องราว	บทกวี
ประวัติศาสตร์	นิยาย
ตลก	อนาถ

89 - Pays #2

ญ	อี	อ่	ป	อุ	อ่	น	ฟ	ศ	ร	แ	ก	จ	ย
ห	อ	ห	ม	ฟ	ข	น	ฟ	ข	อ๊	อ	ภ	า	อู
ไ	อ	ร	อ์	แ	ล	น	ด	อ์	ส	ล	ย	ไ	เ
โ	ซ	ล	า	ว	บ	พ	ข	ฉ	เ	เ	ซ	ม	ค
ะ	ซ	อุ	ป	ษ	เ	ป	บ	ฉ	ซ	บ	อี	ก	ร
ห	ท	ม	ด	จ	ศ	ษ	ป	ใ	อี	เ	เ	อ้	น
ซ	า	ก	า	า	ห	น	เ	ท	ย	น	น	า	ซ
จ	ณ	โ	ว	เ	น	ค	ย	ล	ณ	อี	อี	ก	อี
อี	ฝ	ซ	ษ	ธ	ล	ช	ใ	พ	บ	ย	ด	ม	เ
น	ถ	อิ	ต	ฮ	เ	อี	ณ	ข	ต	า	โ	ญ	ร
ย	อุ	ก	อ้	น	ด	า	ย	น	ค	เ	น	ฉ	อี
พ	ด	อ๋	เ	ด	น	ม	า	ร	อ์	ก	อิ	อ	ย
ค	ก	ม	ป	า	ก	อี	ส	ถ	า	น	อ	ฉ	น
ส	ศ	เ	ง	อ่	อ้	ร	ฝ	ณ	ด	ร	ล	ษ	ถ

แอลเบเนีย	ลาว
จีน	เลบานอน
เดนมาร์ก	เม็กซิโก
ฝรั่งเศส	ยูกันดา
เฮติ	ปากีสถาน
อินโดนีเซีย	รัสเซีย
ไอร์แลนด์	โซมาเลีย
จาไมก้า	ซูดาน
ญี่ปุ่น	ซีเรีย
เคนยา	ยูเครน

90 - Fournitures d'Art

แ ห ฟ ฟ ข ฉ ศ ภ ข ค า ท ค ห
อ ป ญ ว า ก ื ม ห ถ ภ แ ฝ ไ
ะ ย ร ย ต ย ห ธ ษ ธ น ณ ถ ไ
ค ภ ใ ง ั แ ษ ฟ ะ ไ ฉ ะ ป พ
ร ล อ ี ั า ั ก เ ผ ะ อ ก ณ
ิ แ บ ล ง า ย เ ร เ ค ล ย ์
ล ผ ท พ อ ม ี ต แ ะ ั ต โ ค
ิ ก ช จ ั ญ ด ม ผ ณ ด ถ พ ญ
ค จ เ ม ล ะ เ ษ ส า พ า ซ ไ
ล ณ ซ ฉ ก ง อ พ ษ ี จ ป ษ ผ
น ั อำ ม ั น ไ ไ อ ส น ิ ด ม
ห ท ั ด ภ พ ะ จ ช ฉ า ั ร ห
ต ค น แ ท ห ผ ก ท ห ่ เ อำ แ
บ ส ฉ า ช ง น ไ ญ ธ ถ ร ว ผ

อะคริลิค	ดินสอ
สีน้ำ	น้ำ
เคลย์	หมึก
แปรง	ยางลบ
กล้อง	น้ำมัน
เก้าอี้	ไอเดีย
ถ่าน	กระดาษ
ขาตั้ง	พาส
กาว	โต๊ะ
สี	

91 - Eau

ง	ศ	ส	ด	ธ	ศ	แ	อ	า	บ	น	้ำ	พ
อ	ค	ป	ซ	ือ	ก	า	ร	ร	ะ	เ	หย	ฉ
ล	ำ	ธ	า	ร	่	ค	ว	า	ม	ช	ือ้	น
ค	ไ	น	ร	ท	ุ	ม	ส	า	ห	ม	จ	ณ	ธ
ไ	อ	อ	้	ม	ห	ค	ไ	ค	ม	ร	ส	ุ	ม
ภ	น	ร	ฝ	่	ถ	ย	ท	ด	ค	ล	ือ	่	น
ห	้	้	ณ	ะ	ม	ด	ด	ซ	้	อ	จ	ภ	ญ
ฝ	ำ	พ	แ	ไ	ส	แ	ท	ะ	เ	ล	ส	า	บ
ช	น	ุ	ล	ล	ว	ศ	ฉ	ศ	ด	ไ	ช	ธ	เ
ป	ฟ	ำ	อ	ง	ก	ด	ท	ฟ	ก	ก	ส	ฝ	ธ
ท	ญ	้	ญ	ไ	ต	ก	ไ	ธ	ช	ือ	้	น	ภ
ค	ษ	น	า	ท	ะ	ร	ป	ล	ช	ห	ิ	ม	ะ
พ	า	ย	ุ	เ	ฮ	อ	ร	ิ	เ	ค	น	ษ	ค
น	้ำ	ท	่	ว	ม	น	้ำ	แ	ข	็	ง

คลอง
อาบน้ำ
การระเหย
แม่น้ำ
ลำธาร
น้ำพุร้อน
น้ำแข็ง
ชื้น
ความชื้น
น้ำท่วม

ชลประทาน
ทะเลสาบ
มรสุม
หิมะ
มหาสมุทร
พายุเฮอริเคน
ฝน
ดื่มได้
คลื่น
ไอน้ำ

92 - Jazz

อ	ร	า	ย	ก	า	ร	โ	ป	ร	ด	อี	ป	ม
อั	ป	ฏ	อิ	ภ	า	ณ	โ	ว	ห	า	ร	ร	อื
ล	ซ	า	แ	ฝ	ข	จ	ธ	ษ	ฝ	เ	ต	ะ	ช
บ	บ	แ	ป	อุ	ร	ถ	อั	ต	ณ	พ	น	เ	อื
อั	แ	ค	อี	ร	ต	น	ด	ง	ว	ล	ด	ภ	อ
อั	เ	ก	ล	อ	ด	อ	ต	ฝ	ห	ง	ไ	ท	อ
ม	ท	ค	อ่	ค	แ	แ	ห	แ	จ	ว	ซ	เ	เ
อ์	ค	ร	ร	ว	ส	ร	พ	ว	แ	ส	ะ	ด	ส
า	น	ป	อิ	ล	อิ	ศ	ใ	ห	ม	อ่	ถ	อี	อี
ฟ	อิ	ฝ	ป	เ	ศ	ซ	บ	ก	ก	ค	ร	อ่	ย
ศ	ค	น	ฉ	ผ	ส	ศ	ช	ผ	ว	ล	พ	ย	ง
น	อั	ก	แ	ต	อ่	ง	เ	พ	ล	ง	อ	ว	ภ
ค	อ	น	เ	ส	อิ	ร	อ์	ต	ก	ถ	ค	ง	จ
ป	ง	ส	บ	ส	อ่	ว	น	ป	ร	ะ	ก	อ	บ

อัลบั้ม	ดนตรี
ศิลปิน	ใหม่
มีชื่อเสียง	วงดนตรี
เพลง	จังหวะ
นักแต่งเพลง	เดี่ยว
ส่วนประกอบ	รูปแบบ
คอนเสิร์ต	พรสวรรค์
รายการโปรด	กลอง
ประเภท	เทคนิค
ปฏิภาณโวหาร	แก่

93 - Paysages

ไ	บ	า	ส	ธ	ย	น	ช	ย	ผ	ล	แ	ห	ภ
ก	ก	ข	ต	แ	ง	้	า	ป	ฟ	ท	ม	ฺ	ู
ค	ฟ	เ	ร	ะ	ว	ำ	ย	า	ภ	ะ	่	บ	เ
ฟ	ไ	น	ซ	ศ	ล	ต	ห	ก	บ	เ	น	เ	ข
จ	า	ิ	ส	อ	า	ก	า	น	ึ	ล	้	ข	า
ะ	ข	น	ธ	ช	ร	ผ	ด	้	ง	ฟ	ำ	า	น
ม	เ	เ	า	ก	ด	์	โ	ำ	้	ถ	ญ	ด	้
ภ	ุ	เ	ข	า	น	ฟ	ฟ	อ	ณ	ช	า	ด	ำ
ช	ภ	ป	ช	ซ	ฺ	ย	ะ	พ	เ	ศ	ษ	ป	แ
แ	พ	ล	ส	า	ท	ผ	ต	า	ผ	อ	ธ	ะ	ข
ธ	า	ร	น	้	ำ	แ	ข	็	ง	ฉ	ซ	ญ	็
น	เ	ก	ะ	ท	ะ	เ	ล	ส	า	บ	ิ	ง
บ	ค	า	บ	ส	ม	ฺ	ท	ร	ศ	เ	ข	ธ	ส
ท	ะ	เ	ล	ท	ร	า	ย	อ	ค	ห	ซ	ห	ธ

น้ำตก
เนินเขา
ทะเลทราย
ปากน้ำ
แม่น้ำ
ไกเซอร์
ธารน้ำแข็ง
ถ้ำ
ภูเขาน้ำแข็ง
เกาะ

ทะเลสาบ
บึง
ทะเล
ภูเขา
โอเอซิส
คาบสมุทร
ชายหาด
ทุนดรา
หุบเขา
ภูเขาไฟ

94 - Pays #1

ย	น	เ	โ	เ	อ	ส	เ	ป	น	ด	บ	อ	ย
ด	า	ภ	ป	ย	อิ	ส	ซ	ป	ไ	อ์	ร	า	ไ
อี	ถ	ไ	แ	อ	ส	ไ	ห	ฉ	ป	น	า	ร	ต
เ	ส	ธ	ล	ร	ร	ว	เ	ร	ไ	ล	ซ	อ์	เ
น	น	พ	น	ม	า	ด	า	น	ค	แ	อิ	เ	อ
อิ	อิ	ไ	ด	น	เ	โ	ภ	ป	ต	น	ล	จ	ก
อ	า	ก	อ์	อี	อ	ธ	ม	ะ	ซ	อิ	น	น	ว
ซ	ก	ฉ	า	อี	ล	า	ม	ร	ซ	ฟ	ป	ต	า
ฝ	ฟ	ก	ช	ร	ป	ฉ	ค	พ	อ็	ก	อ	อิ	ด
ข	อั	ท	ว	ษ	า	า	อ	ศ	ค	อ	ร	น	อ
ษ	อ	ท	ไ	เ	เบ	ก	น	ซ	ณ	ย	ค	า	ร
ล	อิ	เ	บ	อี	ย	ท	อ์	า	ง	ส	ท	โ	อ์
น	อ	ร	อ์	เ	ว	ย	อ์	ว	ม	ณ	ไ	น	ค
ฟ	อิ	ล	อิ	ป	ป	อิ	น	ส	อ์	า	ธ	น	ฟ

อัฟกานิสถาน · อิสราเอล
เยอรมนี · ลิเบีย
อาร์เจนตินา · มาลี
บราซิล · โมร็อคโค
แคนาดา · นิการากัว
สเปน · นอร์เวย์
เอกวาดอร์ · ปานามา
ฟินแลนด์ · ฟิลิปปินส์
อินเดีย · โปแลนด์

95 - Nombres

ห อ อ ก ท ล ม ม า ส บ ดิ ส ส
ก ห บ ดิ ส รี ด่ บ ดิ ส ดิ ผ ม ดิ
ไ น ส ย อ ณ ส า ม พ ฝ บ ต บ
เ ง ดิ ส ง ย ส ดิ บ เ จ เด็ ด แ
พ บ ด่ ฉ ดิ ล ร ม ข ศ ถ ะ ป ป
ฝ ถ ดี จ ณ บ น ซ ถ ผ ะ ม แ ด
ง แ ย ส ฉ ห ส ส ดิ บ เ ก ด้า า
า ค ห ล ศ ถ ด้ อ ส ดี ด่ ม ไ ไ
ส ห ค ห ซ ธ น า ง ญ ณ ธ ข ณ
ดิ ศ ะ น ซ พ พ ด้ ท ศ น ดิ ย ม
บ ดู ต บ บ ต แ ก ต ข า ธ แ ณ
ห น ค ค ด เด็ จ เ ธ ธ ด ษ จ ม
ด้ ย ฟ ฝ ก ย ต ฉ ป ง ย ไ แ ห
า ด์ ญ น บ ธ ช ล ค ต ไ ย ผ ซ

ห้า	สิบสี่
สอง	สี่
ทศนิยม	สิบห้า
สิบ	สิบหก
สิบแปด	เจ็ด
สิบเก้า	หก
สิบเจ็ด	สิบสาม
สิบสอง	สาม
แปด	ยี่สิบ
เก้า	ศูนย์

96 - Psychologie

า	า	ป	ร	ะ	ส	บ	ก	า	ร	ณ	์	ก	ค
พ	ต	ป	ษ	อ	ห	อ	ษ	จ	ษ	ก	ษ	า	ว
อ	ต	ด	ิ	ค	ม	า	ว	ค	า	า	ม	ร	า
ป	ั	ญ	ห	า	ท	ร	ป	ฉ	ธ	ร	จ	น	ม
พ	อ	น	ย	ธ	ม	ม	จ	เ	จ	ร	ิ	ั	ข
ค	ร	ถ	ป	ี	ค	ณ	จ	ภ	บ	ั	ต	ด	ั
ว	ด	บ	ณ	บ	ด	์	ษ	เ	ว	บ	ไ	ห	ด
ก	า	ร	ป	ร	ะ	เ	ม	ิ	น	ร	ต	ม	แ
อ	ิ	ท	ธ	ิ	พ	ล	อ	ท	ั	ุ	ิ	า	ย
ค	ล	ิ	น	ิ	ก	ษ	ข	ไ	ฝ	้	ส	ย	้
ว	ั	ย	เ	ด	็	ก	บ	ณ	ม	ร	ำ	ล	ง
บ	ุ	ค	ล	ิ	ก	ภ	า	พ	า	ก	น	ฝ	น
พ	ฤ	ต	ิ	ก	ร	ร	ม	ซ	ว	ถ	ึ	ะ	บ
ญ	ซ	ห	ม	ด	ส	ต	ิ	ท	ค	ค	ก	ย	า

คลินิก	หมดสติ
พฤติกรรม	อิทธิพล
ความขัดแย้ง	ความคิด
อัตตา	การรับรู้
วัยเด็ก	บุคลิกภาพ
ประสบการณ์	ปัญหา
อารมณ์	การนัดหมาย
การประเมิน	ความฝัน
ไอเดีย	จิตใต้สำนึก

97 - Nature

ข	า	ญ	ท	ส	อ	ษ	ท	ท	ว	ศ	ฟ	ภ	ย
ห	ต	ก	ข	ต้	า	ซ	ะ	ถี	ภ	ผู้	เ	ข	า
ฆ	ม	เ	ถ	ต	ร	เ	เ	ถ่	ร	ไ	ย	า	ต่
ธ	า	อ	ค	ว	ด์	ช	ล	ห	ก	ไ	ญ	ม	ป
า	ง	ส	ก	ก์	ก	ผ	ท	ล	ใ	บ	ไ	ม	ง้
ร	ม	ำ	ต	ณ	ต	ฉ	ร	บ	พ	ล	ว	ต้	ต
น	า	ค	ร	บ	ธิ	ผ	า	ภ	ส	ท	ช	ย	พ
ง้	ว	ก้	า	ด่	ก	เ	ย	วั	ง	ด่	ธิ	น	ใ
ำ	ค	ญ	า	ไ	อ	ำ	ข	ย	บ	พ	ฟ	ด	ห
แ	แ	ม	ย	ฉ	ง	น	ค	ต	จ	ข	ถ	อ	น
ข	ง	า	า	อ	ง	ง้	ถึ	ผ	ร	ผ	ซ	ร	ง้
ธ็	ไ	ก	พ	ะ	ธ	ด่	ฉ	บ	ฉ	ก้	ผ	ถ	า
ง	ผ	พ	ณ	ห	ข	ม	า	บ	ภ	อ	อ	ป	ผ
ฉ	ซ	ก	ญ	ถ	ศ	แ	ศ	ฝ	ล	ว	ป	น	า

ผึ้ง

ที่หลบภัย

สัตว์

อาร์กติก

ความงาม

หมอก

ทะเลทราย

พลวัต

ร่อน

หน้าผา

ใบไม้

แม่น้ำ

ป่า

ธารน้ำแข็ง

ภูเขา

เมฆ

สงบ

นิ่ง

เขตร้อน

สำคัญมาก

98 - Chimie

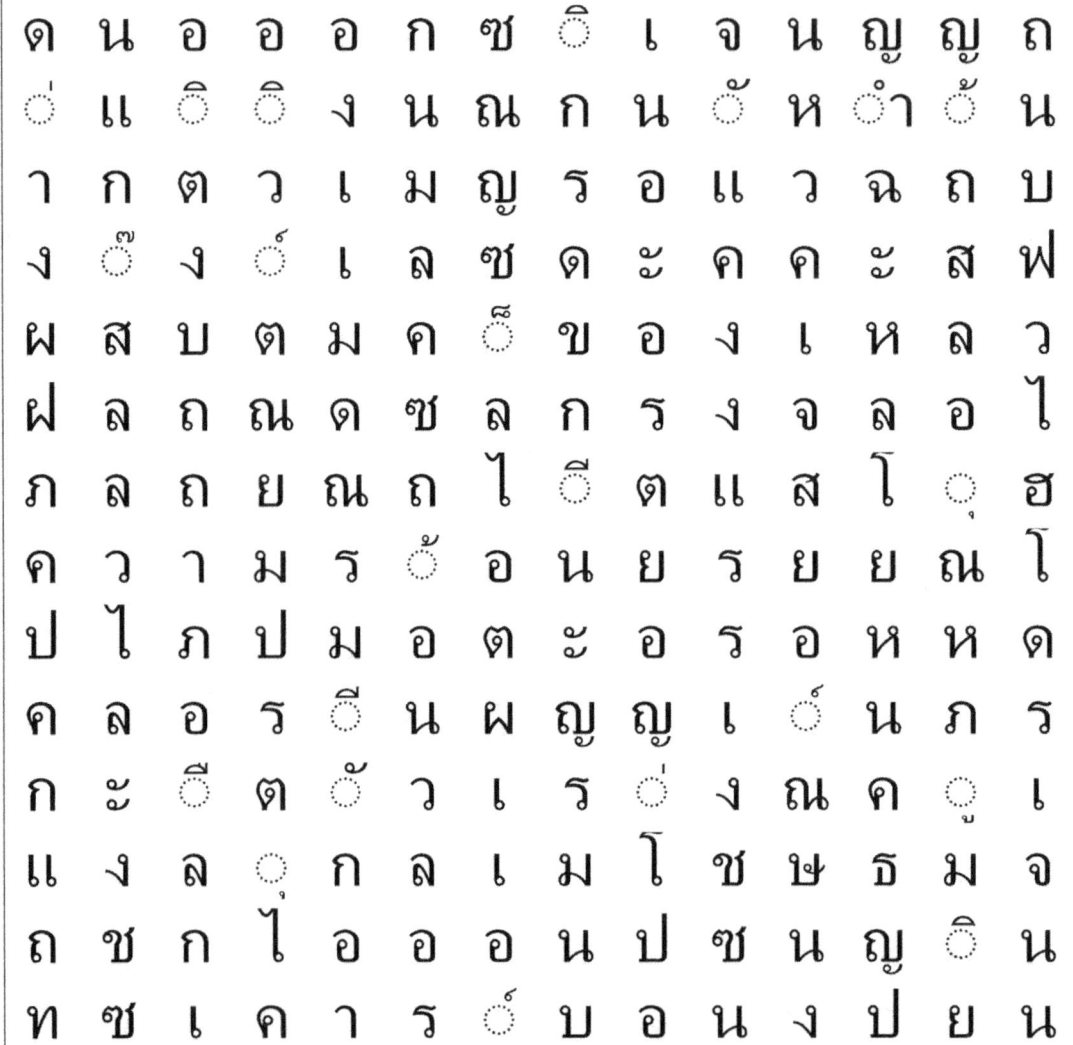

ด	น	อ	อ	อ	ก	ซ	อิ	เ	จ	น	ญ	ญ	ถ
ด่	แ	อิ	อิ	ง	น	ณ	ก	น	อั	ห	อำ	อั้	น
า	ก	ต	ว	เ	ม	ญ	ร	อ	แ	ว	ฉ	ถ	บ
ง	อ๋	ง	อ์	เ	ล	ซ	ด	ะ	ค	ค	ะ	ส	ฟ
ผ	ส	บ	ต	ม	ค	อ็	ข	อ	ง	เ	ห	ล	ว
ฝ	ล	ถ	ณ	ด	ซ	ล	ก	ร	ง	จ	ล	อ	ไ
ภ	ล	ถ	ย	ณ	ถ	ไ	อื	ต	แ	ส	โ	อุ	ฮ
ค	ว	า	ม	ร	อั้	อ	น	ย	ร	ย	ย	ณ	โ
ป	ไ	ภ	ป	ม	อ	ต	ะ	อ	ร	อ	ห	ห	ด
ค	ล	อ	ร	อื	น	ผ	ญ	ญ	เ	อ์	น	ภ	ร
ก	ะ	อื	ต	อั้	ว	เ	ร	อ่	ง	ณ	ค	อุ	เ
แ	ง	ล	อ	ก	ล	เ	ม	โ	ช	ษ	ธ	ม	จ
ถ	ช	ก	ไ	อ	อ	อ	น	ป	ซ	น	ญ	อิ	น
ท	ซ	เ	ค	า	ร	อ์	บ	อ	น	ง	ป	ย	น

กรด	ไฮโดรเจน
ด่าง	ไอออน
อะตอม	ของเหลว
คาร์บอน	โลหะ
ตัวเร่ง	โมเลกุล
ความร้อน	นิวเคลียร์
คลอรีน	ออกซิเจน
เอนไซม์	น้ำหนัก
อิเล็กตรอน	เกลือ
แก๊ส	อุณหภูมิ

99 - Bateaux

ท	ด	ไ	บ	ง	อ	ร	อื	เ	า	อ่	ท	เ	ม
ห	ะ	ญ	า	อำ	ข	ซ	ช	ช	ย	น	เ	ค	ห
ล	แ	เ	ส	ย	น	น	อ่	อื	ล	ค	ร	ร	า
ม	ต	ผ	ล	ะ	อ่	อ้	ต	อ	ม	ไ	อื	อื	ส
ภ	ญ	ส	เ	ถ	อุ	ษ	อ่	ก	ฟ	ช	อ	อ่	ม
อู	ภ	ไ	ะ	ถ	ท	ไ	ส	ม	อ	เ	ย	อ	อุ
น	ด	ฟ	ท	ข	า	อ	ซ	พ	แ	ฉ	อ	ง	ท
ค	า	ย	อั	ค	ต	า	ส	เ	ณ	ถ	ช	ย	ร
แ	ณ	ะ	ะ	ไ	จ	อื	ฉ	ะ	ร	ล	ท	น	อ
ส	ษ	ณ	ะ	ษ	ศ	ส	ภ	ง	แ	อื	อ์	ต	ผ
เ	ร	อื	อ	ข	อ้	า	ม	ฟ	า	ก	อ	อ์	ภ
ธ	จ	ษ	ค	ต	ฟ	ล	ถ	ป	อ	ไ	ไ	ไ	พ
ญ	จ	ธ	ด	ะ	ญ	ะ	ษ	ณ	ช	ว	เ	ร	บ
ท	ษ	จ	ษ	ฉ	บ	ก	ล	อุ	ก	เ	ร	อื	อ

สมอ
ทุ่น
แคนู
เชือก
ท่าเรือ
ลูกเรือ
เรือข้ามฟาก
แม่น้ำ
คายัค
ทะเลสาบ

กะลาสี
เสา
ทะเล
เครื่องยนต์
มหาสมุทร
แพ
คลื่น
เรือใบ
เรือยอชท์

100 - Mesures

ค	ว	า	ม	ล	ึ	ก	อ	ต	พ	์	น	ภ	ธ
น	้	ำ	ห	น	ั	ก	ง	ก	ั	ซ	า	ด	ท
ใ	ต	ภ	ห	ช	ม	ป	ศ	ิ	ฝ	น	ท	ก	ห
พ	ข	ม	ว	อ	ไ	บ	า	โ	ว	อ	ี	ิ	ญ
ก	ร	ั	ม	ง	ค	เ	ช	ล	ง	อ	ไ	โ	ร
ย	ต	ซ	ค	ภ	ล	อ	ง	ก	ร	ว	ฉ	ล	ะ
ร	ิ	ซ	ไ	ว	้	ิ	น	ร	ฉ	ะ	ล	เ	ด
ง	ล	ณ	พ	บ	า	ฟ	ซ	ั	ฝ	น	ท	ม	ั
ฉ	ว	น	ส	ห	ต	ม	ค	ม	ผ	เ	ฟ	ต	บ
ข	ม	ซ	ผ	ซ	ม	์	ก	ล	ถ	ม	ส	ร	เ
ค	ว	า	ม	ส	ู	ง	ฟ	ว	ธ	ต	ษ	ย	ส
เ	ซ	น	ต	ิ	เ	ม	ต	ร	้	ร	ก	เ	ี
ค	ว	า	ม	ย	า	ว	ท	ม	ธ	า	ณ	ค	ย
ท	ศ	น	ิ	ย	ม	ผ	ซ	ว	ต	ย	ง	ไ	ง

เซนติเมตร	มวล
องศา	เมตร
ทศนิยม	นาที
กรัม	ไบต์
ความสูง	ออนซ์
กิโลกรัม	น้ำหนัก
กิโลเมตร	นิ้ว
ความกว้าง	ความลึก
ลิตร	ตัน
ความยาว	ระดับเสียง

1 - Adjectifs #2

2 - Force et Gravité

3 - Adjectifs #1

4 - Instruments de Musique

5 - Échecs

6 - Herboristerie

7 - Véhicules

8 - Camping

9 - Écologie

10 - Géométrie

11 - Les Médias

12 - Philanthropie

13 - Diplomatie

14 - Astronomie

15 - Physique

16 - Types de Cheveux

17 - Archéologie

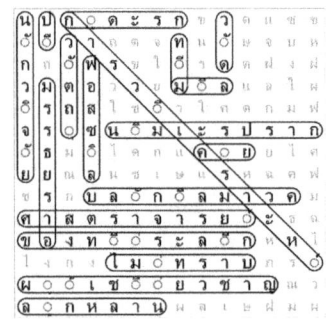

18 - Restaurant #1

19 - Mammifères

20 - Chocolat

21 - Mathématiques

22 - Mythologie

23 - Restaurant #2

24 - Couleurs

25 - Beauté

26 - Avions

27 - Aventure

28 - Ville

29 - Ingénierie

30 - Énergie

31 - Corps Humain

32 - Épices

33 - Science

34 - Vêtements

35 - Arts Visuels

36 - Méditation

37 - Littérature

38 - Nourriture #1

39 - Jours et Mois

40 - Entreprise

41 - Activités

42 - Fleurs

43 - Nourriture #2

44 - Algèbre

45 - Océan

46 - Antiquités

47 - Boxe

48 - Ballet

49 - Fruit

50 - Technologie

51 - Musique

52 - Météo

53 - L'Entreprise

54 - Gouvernement

55 - Randonnée

56 - Art

57 - Nutrition

58 - Créativité

59 - Science Fiction

60 - Professions #1

61 - Géologie

62 - Cirque

63 - Jardin

64 - Santé et Bien Être #1

65 - Barbecues

66 - Animaux de Compagnie

67 - Insectes

68 - Ferme #1

69 - Escalade

70 - Café

71 - Antarctique

72 - Professions #2

73 - Les Abeilles

74 - Santé et Bien Être #2

75 - Conduite

76 - Plantes

77 - Ferme #2

78 - Vacances #2

79 - Temps

80 - Maison

81 - Légumes

82 - Famille

83 - Oiseaux

84 - Disciplines Scientifiques

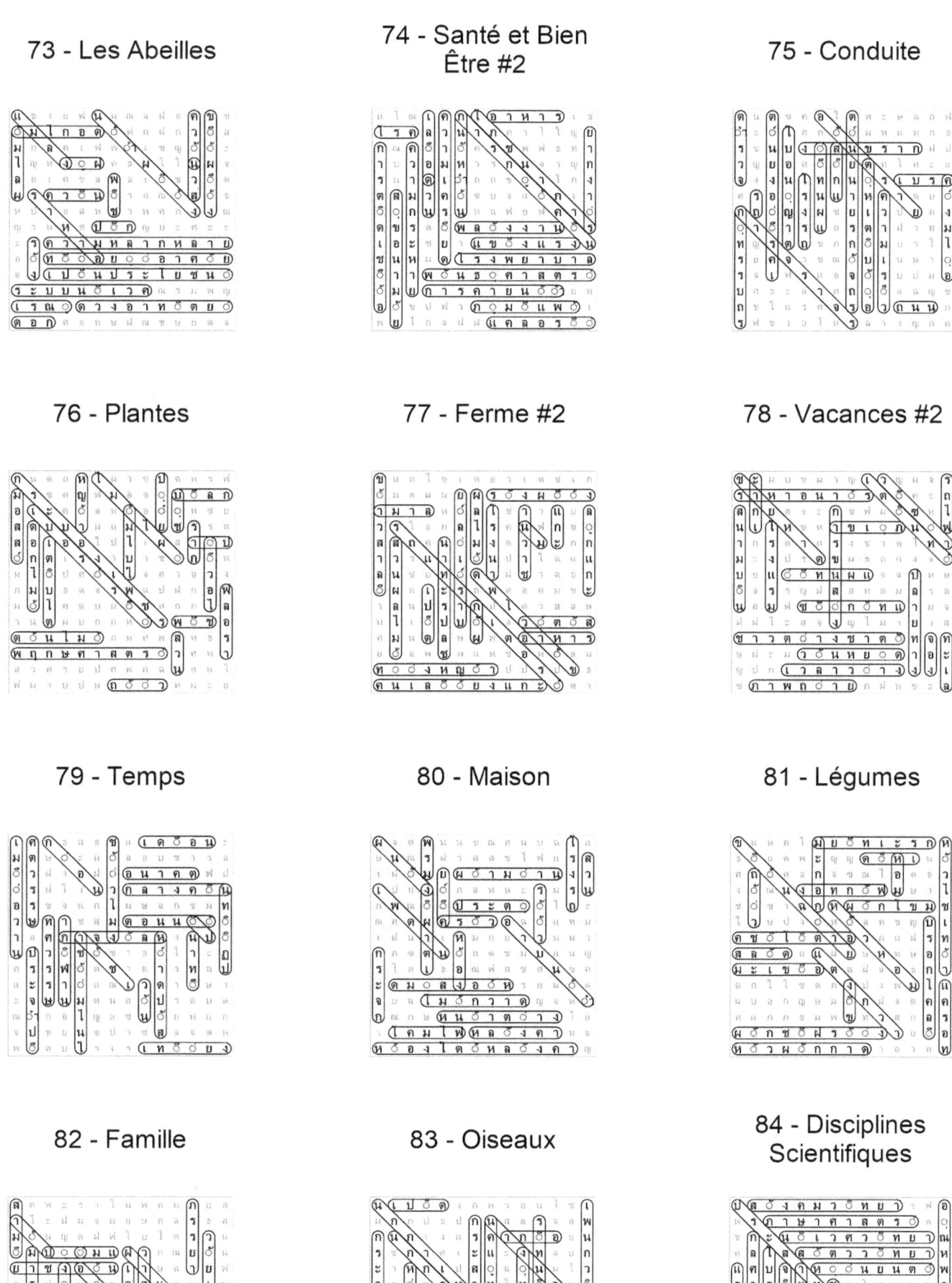

85 - Univers

86 - Géographie

87 - Bâtiments

88 - Livres

89 - Pays #2

90 - Fournitures d'Art

91 - Eau

92 - Jazz

93 - Paysages

94 - Pays #1

95 - Nombres

96 - Psychologie

97 - Nature

98 - Chimie

99 - Bateaux

100 - Mesures

Dictionnaire

Activités
กิจกรรมต่างๆ

Activité	กิจกรรม
Art	ศิลปะ
Artisanat	งานฝีมือ
Céramique	เซรามิก
Chasse	ล่าสัตว์
Compétence	ทักษะ
Couture	การเย็บ
Jardinage	การทำสวน
Jeux	เกม
Lecture	การอ่าน
Loisir	เวลาว่าง
Magie	มายากล
Peinture	ภาพวาด
Pêche	ตกปลา
Photographie	การถ่ายภาพ
Plaisir	ยินดี
Puzzles	ปริศนา
Relaxation	ผ่อนคลาย
Tricot	ถัก

Adjectifs #1
คำคุณศัพท์ #1

Absolu	แน่นอน
Actif	คล่องแคล่ว
Ambitieux	ทะเยอทะยาน
Aromatique	หอม
Artistique	ศิลปะ
Attractif	มีเสน่ห์
Beau	สวย
Exotique	แปลกใหม่
Énorme	ใหญ่
Généreux	ใจกว้าง
Honnête	ซื่อสัตย์
Identique	เหมือนกัน
Important	สำคัญ
Innocent	ผู้บริสุทธิ์
Jeune	หนุ่มสาว
Lent	ช้า
Lourd	หนัก
Mince	บาง
Moderne	ทันสมัย
Parfait	สมบูรณ์

Adjectifs #2
คำคุณศัพท์ #2

Authentique	แท้
Célèbre	มีชื่อเสียง
Créatif	สร้างสรรค์
Descriptif	ธิบาย
Doué	มีพรสวรรค์
Dramatique	ดราม่า
Élégant	สง่า
Fier	ภูมิใจ
Intéressant	น่าสนใจ
Naturel	เป็นธรรมชาติ
Nouveau	ใหม่
Productif	อุดมสมบูรณ์
Puissant	ทรงพลัง
Pur	บริสุทธิ์
Responsable	รับผิดชอบ
Sain	แข็งแรง
Salé	เค็ม
Sauvage	ป่า
Sec	แห้ง
Somnolent	ง่วงนอน

Algèbre
พีชคณิต

Diagramme	แผนภาพ
Exposant	ตัวแทน
Équation	สมการ
Facteur	ปัจจัย
Faux	เท็จ
Formule	สูตร
Fraction	เศษส่วน
Graphique	กราฟ
Infini	อนันต์
Linéaire	เชิงเส้น
Matrice	เมตริกซ์
Nombre	ตัวเลข
Parenthèse	วงเล็บ
Problème	ปัญหา
Quantité	ปริมาณ
Simplifier	ทำ
Solution	สารละลาย
Soustraction	การลบ
Variable	ตัวแปร
Zéro	ศูนย์

Animaux de Compagnie
สัตว์เลี้ยง

Chat	แมว
Chaton	ลูกแมว
Chèvre	แพะ
Chien	หมา
Chiot	ลูกหมา
Collier	ป
Eau	น้ำ
Griffes	กรงเล็บ
Hamster	แฮมสเตอร์
Laisse	สายจูง
Lapin	กระต่าย
Lézard	กิ้งก่า
Nourriture	อาหาร
Perroquet	นกแก้ว
Poisson	ปลา
Queue	หาง
Souris	หนู
Tortue	เต่า
Vache	วัว
Vétérinaire	สัตวแพทย์

Antarctique
ทวีปแอนตาร์กติกา

Baie	อ่าว
Baleines	ปลาวาฬ
Chercheur	นักวิจัย
Conservation	การอนุรักษ์
Continent	ทวีป
Eau	น้ำ
Environnement	สิ่งแวดล้อม
Expédition	การเดินทาง
Géographie	ภูมิศาสตร์
Glace	น้ำแข็ง
Glaciers	กลาเซียร์
Îles	หมู่เกาะ
Migration	การโยกย้าย
Minéraux	แร่ธาตุ
Oiseaux	นก
Péninsule	คาบสมุทร
Rocheux	ขรุขระ
Scientifique	วิทยาศาสตร์
Température	อุณหภูมิ
Topographie	ภูมิประเทศ

Antiquités
ของเก่า

Art	ศิลปะ
Authentique	แท้
Décennies	ทศวรรษ
Décoratif	ตกแต่ง
Enchères	ประมูล
Élégant	สง่า
Galerie	แกลเลอรี่
Inhabituel	ผิดปกติ
Investissement	การลงทุน
Meubles	เฟอร์นิเจอร์
Peintures	ภาพวาด
Pièces	เหรียญ
Prix	ราคา
Qualité	คุณภาพ
Restauration	การฟื้นฟู
Sculpture	ประติมากรรม
Siècle	ศตวรรษ
Style	รูปแบบ
Valeur	ค่า
Vieux	แก่

Archéologie
โบราณคดี

Analyse	การวิเคราะห์
Années	ปี
Antiquité	สมัยโบราณ
Chercheur	นักวิจัย
Civilisation	อารยธรรม
Descendant	ลูกหลาน
Expert	ผู้เชี่ยวชาญ
Ère	ยุค
Équipe	ทีม
Évaluation	การประเมิน
Fossile	ฟอสซิล
Inconnu	ไม่ทราบ
Mystère	ความลึกลับ
Objets	วัตถุ
Os	กระดูก
Oublié	ลืม
Professeur	ศาสตราจารย์
Relique	ของที่ระลึก
Temple	วัด
Tombe	หลุมฝังศพ

Art
ศิลปะ

Céramique	เซรามิค
Complexe	ซับซ้อน
Composition	ส่วนประกอบ
Créer	สร้าง
Dépeindre	วาดภาพ
Expression	การแสดงออก
Honnête	ซื่อสัตย์
Humeur	อารมณ์
Original	ต้นฉบับ
Peintures	ภาพวาด
Personnel	ส่วนตัว
Poésie	บทกวี
Sculpture	ประติมากรรม
Simple	ง่าย
Sujet	เรื่อง
Surréalisme	สถิตยศาสตร์
Symbole	สัญลักษณ์
Visuel	ภาพ

Arts Visuels
ทัศนศิลป์

Architecture	สถาปัตยกรรม
Argile	เคลย์
Artiste	ศิลปิน
Céramique	เซรามิก
Charbon	ถ่าน
Chef-D'Œuvre	ผลงานชิ้นเอก
Cire	ขี้ผึ้ง
Composition	ค์ประกอบ
Craie	ชอล์ก
Crayon	ดินสอ
Film	ฟิล์ม
Peinture	ภาพวาด
Perspective	มุมมอง
Photographie	ภาพถ่าย
Pochoir	สเตนซิล
Portrait	แนวตั้ง
Poterie	เครื่องดินเผา
Sculpture	ประติมากรรม
Stylo	ปากกา

Astronomie
ดาราศาสตร์

Astronaute	นักบินอวกาศ
Astronome	นักดาราศาสตร์
Ciel	ท้องฟ้า
Constellation	กลุ่มดาว
Éclipse	คราส
Équinoxe	วิษุวัต
Fusée	จรวด
Galaxie	กาแลกซี่
Lune	ดวงจันทร์
Météore	ดาวตก
Nébuleuse	เนบิวลา
Observatoire	หอดูดาว
Planète	ดาวเคราะห์
Radiation	รังสี
Satellite	ดาวเทียม
Solaire	แสงอาทิตย์
Supernova	ซูเปอร์โนวา
Terre	โลก
Univers	จักรวาล
Zodiaque	จักรราศี

Aventure
การผจญภัย

Activité	กิจกรรม
Amis	เพื่อน
Beauté	ความงาม
Bravoure	ความกล้าหาญ
Chance	โอกาส
Dangereux	อันตราย
Destination	ปลายทาง
Défis	ความท้าทาย
Difficulté	ความยาก
Excursion	ทัศนศึกษา
Inhabituel	ผิดปกติ
Joie	จอย
Nature	ธรรมชาติ
Navigation	นำร่อง
Nouveau	ใหม่
Préparation	การตระเตรียม
Sécurité	ความปลอดภัย
Surprenant	น่าแปลกใจ
Voyages	การเดินทาง

Avions
เครื่องบิน

Air	อากาศ
Altitude	ระดับความสูง
Atmosphère	บรรยากาศ
Atterrissage	ท่าเรือ
Aventure	การผจญภัย
Ballon	ลูกโป่ง
Carburant	เชื้อเพลิง
Ciel	ท้องฟ้า
Construction	การก่อสร้าง
Descente	การตกทอด
Direction	ทิศทาง
Équipage	ลูกเรือ
Gonfler	พอง
Hauteur	ความสูง
Histoire	ประวัติศาสตร์
Hydrogène	ไฮโดรเจน
Moteur	เครื่องยนต์
Passager	ผู้โดยสาร
Pilote	นักบิน
Turbulence	ความปั่นป่วน

Ballet
บัลเล่ต์

Applaudissement	เสียงปรบมือ
Artistique	ศิลปะ
Compétence	ทักษะ
Compositeur	นักแต่งเพลง
Danseurs	นักเต้น
Expressif	แสดงออก
Geste	ท่าทาง
Gracieux	สง่างาม
Intensité	ความเข้มข้น
Leçons	บทเรียน
Muscles	กล้ามเนื้อ
Musique	ดนตรี
Orchestre	วงดนตรี
Public	ผู้ชม
Répétition	ซ้อม
Rythme	จังหวะ
Solo	เดี่ยว
Style	รูปแบบ
Technique	เทคนิค

Barbecues
บาร์บีคิว

Chaud	ร้อน
Couteaux	มีด
Déjeuner	อาหารกลางวัน
Dîner	อาหารเย็น
Été	ฤดูร้อน
Faim	ความหิว
Famille	ครอบครัว
Fourchettes	ส้อม
Fruit	ผลไม้
Gril	ย่าง
Jeux	เกม
Légumes	ผัก
Musique	ดนตรี
Oignons	หัวหอม
Poivre	พริกไทย
Poulet	ไก่
Salades	สลัด
Sauce	ซอส
Sel	เกลือ
Tomates	มะเขือเทศ

Bateaux
เรือ

Ancre	สมอ
Bouée	ทุ่น
Canoë	แคนู
Corde	เชือก
Dock	ท่าเรือ
Équipage	ลูกเรือ
Ferry	เรือข้ามฟาก
Fleuve	แม่น้ำ
Kayak	คายัค
Lac	ทะเลสาบ
Marin	กะลาสี
Mât	เสา
Mer	ทะเล
Moteur	เครื่องยนต์
Océan	มหาสมุทร
Radeau	แพ
Vagues	คลื่น
Voilier	เรือใบ
Yacht	เรือยอชท์

Bâtiments
สิ่งปลูกสร้าง

Ambassade	สถานทูต
Appartement	อพาร์ทเม้น
Cabine	ห้าง
Cathédrale	มหาวิหาร
Château	ปราสาท
Cinéma	โรงภาพยนตร์
École	โรงเรียน
Ferme	ฟาร์ม
Garage	โรงรถ
Grange	โรงนา
Hôpital	โรงพยาบาล
Hôtel	โรงแรม
Musée	พิพิธภัณฑ์
Observatoire	หอดูดาว
Stade	สนามกีฬา
Tente	เต็นท์
Théâtre	โรงละคร
Tour	หอคอย
Université	มหาวิทยาลัย
Usine	โรงงาน

Beauté
ความงาม

Boucles	หยิก
Charme	เสน่ห์
Ciseaux	กรรไกร
Cosmétique	เครื่องสำอาง
Couleur	สี
Élégance	ความงดงาม
Élégant	สง่า
Grâce	เกรซ
Huiles	น้ำมัน
Lisse	เรียบ
Maquillage	แต่งหน้า
Mascara	มาสคาร่า
Miroir	กระจก
Parfum	กลิ่นหอม
Peau	ผิว
Photogénique	ถ่ายรูป
Rouge à Lèvres	ลิปสติก
Services	บริการ
Shampooing	แชมพู
Styliste	สไตลิสต์

Boxe
การต่อยมวย

Adversaire	คู่แข่ง
Arbitre	ผู้ตัดสิน
Cloche	ระฆัง
Coin	มุม
Combattant	นักสู้
Compétence	ทักษะ
Concentrer	โฟกัส
Cordes	เชือก
Corps	ร่างกาย
Coude	ข้อศอก
Coup	เตะ
Épuisé	เหนื่อย
Force	แรง
Gants	ถุงมือ
Menton	คาง
Poing	กำปั้น
Points	คะแนน
Rapide	เร็ว
Récupération	การกู้คืน

Café
กาแฟ

Amer	ขม
Arôme	กลิ่นหอม
Boire	ดื่ม
Boisson	เครื่องดื่ม
Caféine	คาเฟอีน
Crème	ครีม
Eau	น้ำ
Filtre	กรอง
Lait	นม
Liquide	ของเหลว
Matin	เช้า
Moudre	บด
Noir	สีดำ
Origine	ที่มา
Prix	ราคา
Saveur	รสชาติ
Sucre	น้ำตาล
Tasse	ถ้วย
Variété	ความหลากหลาย

Camping
ค่ายพักแรม

Animaux	สัตว์
Arbres	ต้นไม้
Aventure	การผจญภัย
Boussole	เข็มทิศ
Cabine	ห้าง
Canoë	แคนู
Carte	แผนที่
Chapeau	หมวก
Chasse	ล่าสัตว์
Corde	เชือก
Équipement	อุปกรณ์
Feu	ไฟ
Forêt	ป่า
Hamac	เปลญวน
Insecte	แมลง
Lac	ทะเลสาบ
Lune	ดวงจันทร์
Montagne	ภูเขา
Nature	ธรรมชาติ
Tente	เต็นท์

Chimie
เคมีภัณฑ์

Acide	กรด
Alcalin	ด่าง
Atomique	อะตอม
Carbone	คาร์บอน
Catalyseur	ตัวเร่ง
Chaleur	ความร้อน
Chlore	คลอรีน
Enzyme	เอนไซม์
Électron	อิเล็กตรอน
Gaz	แก๊ส
Hydrogène	ไฮโดรเจน
Ion	ไอออน
Liquide	ของเหลว
Métaux	โลหะ
Molécule	โมเลกุล
Nucléaire	นิวเคลียร์
Oxygène	ออกซิเจน
Poids	น้ำหนัก
Sel	เกลือ
Température	อุณหภูมิ

Chocolat
ช็อกโกแลต

Amer	ขม
Arôme	กลิ่นหอม
Artisanal	ช่างฝีมือ
Bonbon	ลูกอม
Cacahuètes	ถั่ว
Cacao	โกโก้
Calories	แคลอรี่
Caramel	คาราเมล
Délicieux	อร่อย
Doux	หวาน
Exotique	แปลกใหม่
Favori	ที่ชื่นชอบ
Goût	รส
Ingrédient	ส่วนผสม
Noix de Coco	มะพร้าว
Poudre	ผง
Qualité	คุณภาพ
Recette	สูตรอาหาร
Saveur	รสชาติ
Sucre	น้ำตาล

Cirque
ละครสัตว์

Acrobate	กายกรรม
Animaux	สัตว์
Astuce	เคล็ดลับ
Ballons	ลูกโป่ง
Billet	ตั๋ว
Bonbon	ลูกอม
Clown	ตัวตลก
Costume	ชุดแต่งกาย
Éléphant	ช้าง
Jongleur	จักเกอร์
Lion	สิงโต
Magicien	นักมายากล
Magie	มายากล
Montrer	แสดง
Musique	ดนตรี
Parade	ขบวนแห่
Singe	ลิง
Spectaculaire	งดงาม
Tente	เต็นท์
Tigre	เสือ

Conduite
การขับรถ

Accident	อุบัติเหตุ
Camion	รถบรรทุก
Carburant	เชื้อเพลิง
Carte	แผนที่
Danger	อันตราย
Freins	เบรค
Garage	โรงรถ
Gaz	แก๊ส
Licence	ใบอนุญาต
Moteur	เครื่องยนต์
Moto	รถจักรยานยนต์
Piéton	คนเดินเท้า
Police	ตำรวจ
Route	ถนน
Sécurité	ความปลอดภัย
Trafic	การจราจร
Transport	การขนส่ง
Tunnel	อุโมงค์
Vitesse	ความเร็ว
Voiture	รถ

Corps Humain
ร่างกายมนุษย์

Bouche	ปาก
Cerveau	สมอง
Cheville	ข้อเท้า
Cou	คอ
Coude	ข้อศอก
Cœur	หัวใจ
Doigt	นิ้ว
Estomac	ท้อง
Épaule	ไหล่
Genou	เข่า
Lèvres	โอษฐ์
Main	มือ
Mâchoire	ขากรรไกร
Menton	คาง
Nez	จมูก
Oreille	หู
Peau	ผิว
Sang	เลือด
Tête	หัว
Visage	หน้า

Couleurs
สีสัน

Beige	เบจ
Blanc	ขาว
Bleu	สีน้ำเงิน
Cramoisi	สีแดงเข้ม
Cyan	สีฟ้า
Fuchsia	ฟูเชีย
Gris	เทา
Indigo	คราม
Jaune	สีเหลือง
Magenta	สีม่วงแดง
Marron	สีน้ำตาล
Noir	สีดำ
Orange	ส้ม
Rose	ชมพู
Rouge	แดง
Sépia	ซีเปีย
Vert	เขียว
Violet	สีม่วง

Créativité
ความคิดสร้างสรรค์

Artistique	ศิลปะ
Authenticité	แท้
Clarté	ความชัดเจน
Compétence	ทักษะ
Dramatique	ดราม่า
Expression	การแสดงออก
Émotions	อารมณ์
Fluidité	ไหล
Idées	ไอเดีย
Image	ภาพ
Imagination	จินตนาการ
Impression	ความประทับใจ
Inspiration	แรงบันดาลใจ
Intensité	ความเข้มข้น
Intuition	ปรีชา
Inventif	ประดิษฐ์
Sentiments	ความรู้สึก
Spontané	โดยธรรมชาติ
Visions	นิมิต
Vitalité	พลัง

Diplomatie
การทูต

Ambassade	สถานทูต
Ambassadeur	เอกอัครราชทูต
Citoyens	พลเมือง
Communauté	ชุมชน
Conflit	ความขัดแย้ง
Conseiller	ที่ปรึกษา
Coopération	ความร่วมมือ
Diplomatique	นักการทูต
Discussion	อย่าง
Éthique	จริยธรรม
Étranger	ต่างชาติ
Gouvernement	รัฐบาล
Humanitaire	มนุษยธรรม
Intégrité	ความซื่อสัตย์
Justice	ความยุติธรรม
Politique	การเมือง
Résolution	ความละเอียด
Sécurité	ความปลอดภัย
Solution	สารละลาย
Traité	สนธิสัญญา

Disciplines Scientifiques
สาขาวิชาวิทยาศาสตร์

Archéologie	โบราณคดี
Astronomie	ดาราศาสตร์
Biochimie	ชีวเคมี
Biologie	ชีววิทยา
Botanique	พฤกษศาสตร์
Chimie	เคมี
Écologie	นิเวศวิทยา
Géologie	ธรณีวิทยา
Linguistique	ภาษาศาสตร์
Mécanique	กลศาสตร์
Météorologie	อุตุนิยมวิทยา
Minéralogie	แร่วิทยา
Neurologie	ประสาทวิทยา
Nutrition	โภชนาการ
Physiologie	สรีรวิทยา
Psychologie	จิตวิทยา
Robotique	หุ่นยนต์
Sociologie	สังคมวิทยา
Thermodynamique	อุณหพลศาสตร์
Zoologie	สัตววิทยา

Eau
น้ำ

Canal	คลอง
Douche	อาบน้ำ
Évaporation	การระเหย
Fleuve	แม่น้ำ
Flux	ลำธาร
Geyser	น้ำพุร้อน
Glace	น้ำแข็ง
Humide	ชื้น
Humidité	ความชื้น
Inondation	น้ำท่วม
Irrigation	ชลประทาน
Lac	ทะเลสาบ
Mousson	มรสุม
Neige	หิมะ
Océan	มหาสมุทร
Ouragan	พายุเฮอริเคน
Pluie	ฝน
Potable	ดื่มได้
Vagues	คลื่น
Vapeur	ไอน้ำ

Entreprise
ธุรกิจ

Argent	เงิน
Boutique	ร้าน
Budget	งบประมาณ
Bureau	ออฟฟิศ
Carrière	อาชีพ
Coût	ค่าใช้จ่าย
Devise	เงินตรา
Employeur	นายจ้าง
Employé	พนักงาน
Entreprise	บริษัท
Économie	เศรษฐศาสตร์
Finance	การเงิน
Impôts	ภาษี
Investissement	การลงทุน
Marchandise	สินค้า
Profit	กำไร
Revenu	รายได้
Transaction	ธุรกรรม
Usine	โรงงาน
Vente	ขาย

Escalade
ปีนเขา

Altitude	ระดับความสูง
Atmosphère	บรรยากาศ
Blessure	บาดเจ็บ
Bottes	รองเท้าบูท
Carte	แผนที่
Casque	หมวกนิรภัย
Curiosité	ความอยากรู้
Défis	ความท้าทาย
Expert	ผู้เชี่ยวชาญ
Étroit	แคบ
Force	แรง
Formation	การอบรม
Gants	ถุงมือ
Grotte	ถ้ำ
Guides	คำแนะนำ
Physique	ทางกายภาพ
Stabilité	ความมั่นคง
Terrain	ภูมิประเทศ

Échecs
หมากรุก

Adversaire	คู่แข่ง
Apprendre	เรียนรู้
Blanc	ขาว
Champion	แชมป์
Défis	ความท้าทาย
Diagonal	เส้นทแยงมุม
Intelligent	ฉลาด
Jeu	เกม
Joueur	ผู้เล่น
Noir	สีดำ
Passif	รุก
Points	คะแนน
Reine	ควีน
Règles	กฎ
Roi	กษัตริย์
Sacrifice	อุทิศ
Stratégie	กลยุทธ์
Temps	เวลา
Tournoi	การแข่งขัน

Écologie
นิเวศวิทยา

Bénévoles	อาสาสมัคร
Climat	ภูมิอากาศ
Communautés	ชุมชน
Diversité	ความหลากหลาย
Durable	ยั่งยืน
Espèce	สายพันธุ์
Faune	สัตว์ป่า
Flore	ฟลอรา
Global	ทั่วโลก
Habitat	ที่อยู่อาศัย
Marais	บึง
Marin	ทะเล
Montagnes	ภูเขา
Nature	ธรรมชาติ
Naturel	เป็นธรรมชาติ
Ressources	ทรัพยากร
Sécheresse	แล้ง
Survie	การอยู่รอด
Végétation	พืช

Énergie
พลังงาน

Batterie	แบตเตอรี่
Carbone	คาร์บอน
Carburant	เชื้อเพลิง
Chaleur	ความร้อน
Diesel	ดีเซล
Entropie	เอนโทรปี
Environnement	สิ่งแวดล้อม
Essence	น้ำมันเบนซิน
Électrique	ไฟฟ้า
Électron	อิเล็กตรอน
Hydrogène	ไฮโดรเจน
Industrie	อุตสาหกรรม
Moteur	เครื่องยนต์
Nucléaire	นิวเคลียร์
Photon	โฟตอน
Pollution	มลพิษ
Renouvelable	ทดแทน
Soleil	ดวงอาทิตย์
Turbine	กังหัน
Vent	ลม

Épices
เครื่องเทศ

Aigre	เปรี้ยว
Ail	กระเทียม
Amer	ขม
Anis	โป๊ยกั๊ก
Cannelle	อบเชย
Cardamome	กระวาน
Coriandre	ผักชี
Cumin	ผงยี่หร่า
Curry	แกง
Fenouil	เม็ดยี่หร่า
Gingembre	ขิง
Muscade	นัทเม็ก
Oignon	หัวหอม
Paprika	ปาปริก้า
Poivre	พริกไทย
Réglisse	ชะเอมเทศ
Safran	หญ้าฝรั่น
Saveur	รสชาติ
Sel	เกลือ
Vanille	วนิลา

Famille
ครอบครัว

Ancêtre	บรรพบุรุษ
Cousin	ลูกพี่ลูกน้อง
Enfance	วัยเด็ก
Enfant	เด็ก
Femme	ภรรยา
Fille	ลูกสาว
Frère	น้องชาย
Grand-Mère	ยาย
Grand-Père	ปู่
Jumeaux	ฝาแฝด
Mari	สามี
Maternel	มารดา
Mère	แม่
Neveu	หลานชาย
Nièce	หลานสาว
Oncle	ลุง
Paternel	พ่อ
Petit-Enfant	หลาน
Soeur	น้องสาว
Tante	ป้า

Ferme #1
ฟาร์ม #1

Abeille	ผึ้ง
Agriculture	เกษตรกรรม
Âne	ลา
Bison	กระทิง
Champ	สนาม
Chat	แมว
Cheval	ม้า
Chèvre	แพะ
Chien	หมา
Clôture	รั้ว
Corbeau	อีกา
Eau	น้ำ
Engrais	ปุ๋ย
Foin	ฟาง
Miel	น้ำผึ้ง
Poulet	ไก่
Riz	ข้าว
Troupeau	ฝูง
Vache	วัว
Veau	น่อง

Ferme #2
ฟาร์ม #2

Agneau	ลูกแกะ
Agriculteur	ชาวนา
Animaux	สัตว์
Berger	คนเลี้ยงแกะ
Blé	ข้าวสาลี
Canard	เป็ด
Fruit	ผลไม้
Grange	โรงนา
Irrigation	ชลประทาน
Lait	นม
Lama	ลามา
Légume	ผัก
Maïs	ข้าวโพด
Mouton	แกะ
Nourriture	อาหาร
Orge	บาร์เล่ย์
Pré	ทุ่งหญ้า
Ruche	รังผึ้ง
Tracteur	รถแทรกเตอร์
Verger	สวนผลไม้

Fleurs
ดอกไม้

Bouquet	ช่อดอกไม้
Gardénia	พุด
Hibiscus	ชบา
Jasmin	มะลิ
Lavande	ลาเวนเดอร์
Lilas	ม่วง
Lys	ลิลลี่
Magnolia	แมกโนเลีย
Marguerite	เดซี่
Orchidée	กล้วยไม้
Passiflore	เสาวรส
Pavot	ป๊อปปี้
Pétale	กลีบ
Pissenlit	แดนดิไลออน
Pivoine	โบตั๋น
Rose	กุหลาบ
Tournesol	ดอกทานตะวัน
Trèfle	โคลเวอร์
Tulipe	ทิวลิป

Force et Gravité
แรงและแรงโน้มถ่วง

Axe	แกน
Centre	ศูนย์กลาง
Découverte	การค้นพบ
Distance	ระยะทาง
Dynamique	พลวัต
Expansion	การขยายตัว
Élan	โมเมนตัม
Friction	แรงเสียดทาน
Impact	ผลกระทบ
Magnétisme	แม่เหล็ก
Mécanique	กลศาสตร์
Mouvement	การเคลื่อนไหว
Orbite	วงโคจร
Physique	ฟิสิกส์
Poids	น้ำหนัก
Pression	ความดัน
Propriétés	คุณสมบัติ
Temps	เวลา
Universel	สากล
Vitesse	ความเร็ว

Fournitures d'Art
อุปกรณ์ศิลปะ

Acrylique	อะคริลิค
Aquarelles	สีน้ำ
Argile	เคลย์
Brosses	แปรง
Caméra	กล้อง
Chaise	เก้าอี้
Charbon	ถ่าน
Chevalet	ขาตั้ง
Colle	กาว
Couleurs	สี
Crayons	ดินสอ
Eau	น้ำ
Encre	หมึก
Gomme	ยางลบ
Huile	น้ำมัน
Idées	ไอเดีย
Papier	กระดาษ
Pastels	พาส
Table	โต๊ะ

Fruit
ผลไม้

Abricot	แอปริคอท
Ananas	สัปปะรด
Avocat	อาโวคาโด
Baie	เบอร์รี่
Banane	กล้วย
Cerise	เชอร์รี่
Citron	มะนาว
Figue	มะเดื่อ
Framboise	ราสเบอร์รี่
Goyave	ฝรั่ง
Kiwi	กีวี่
Mangue	มะม่วง
Melon	เมลอน
Nectarine	เนคทารีน
Orange	ส้ม
Papaye	มะละกอ
Pêche	พีช
Poire	ลูกแพร์
Pomme	แอปเปิ้ล
Raisin	องุ่น

Géographie
ภูมิศาสตร์

Altitude	ระดับความสูง
Atlas	แอตลาส
Carte	แผนที่
Continent	ทวีป
Fleuve	แม่น้ำ
Hémisphère	ซีกโลก
Île	เกาะ
Latitude	ละติจูด
Mer	ทะเล
Méridien	เมอริเดียน
Monde	โลก
Montagne	ภูเขา
Nord	ทิศเหนือ
Océan	มหาสมุทร
Ouest	ตะวันตก
Pays	ประเทศ
Région	ภาค
Sud	ใต้
Territoire	อาณาเขต
Ville	เมือง

Géologie
ธรณีวิทยา

Acide	กรด
Calcium	แคลเซียม
Caverne	ถ้ำ
Continent	ทวีป
Corail	ปะการัง
Couche	ชั้น
Cristaux	คริสตัล
Érosion	ร่อน
Fondu	เหลว
Fossile	ฟอสซิล
Geyser	ไกเซอร์
Lave	ลาวา
Minéraux	แร่ธาตุ
Pierre	หิน
Plateau	ที่ราบสูง
Quartz	ควอทซ์
Sel	เกลือ
Stalactite	หินย้อย
Volcan	ภูเขาไฟ
Zone	โซน

Géométrie
รูปทรงเรขาคณิต

Angle	มุม
Calcul	การคำนวณ
Cercle	วงกลม
Courbe	เส้นโค้ง
Dimension	มิติ
Équation	สมการ
Hauteur	ความสูง
Logique	ตรรกะ
Masse	มวล
Médian	มัธยฐาน
Nombre	ตัวเลข
Parallèle	ขนาน
Perpendiculaire	ตั้งฉาก
Proportion	สัดส่วน
Segment	ส่วน
Surface	พื้นผิว
Symétrie	สมมาตร
Théorie	ทฤษฎี
Triangle	สามเหลี่ยม
Vertical	แนวตั้ง

Gouvernement
รัฐบาล

Civil	พลเรือน
Constitution	รัฐธรรมนูญ
Démocratie	ประชาธิปไตย
Discours	คำพูด
Discussion	อย่าง
District	เขต
Droits	สิทธิ
Égalité	ความเสมอภาค
État	รัฐ
Indépendance	อิสระ
Judiciaire	ตุลาการ
Justice	ความยุติธรรม
Liberté	เสรีภาพ
Loi	กฎหมาย
Monument	อนุสาวรีย์
Nation	ประเทศ
National	ระดับชาติ
Paisible	สงบ
Politique	การเมือง
Symbole	สัญลักษณ์

Herboristerie
ยาสมุนไพร

Ail	กระเทียม
Aromatique	หอม
Basilic	โหระพา
Bénéfique	เป็นประโยชน์
Culinaire	การทำอาหาร
Estragon	ทาร์รากอน
Fenouil	เม็ดยี่หร่า
Fleur	ดอกไม้
Ingrédient	ส่วนผสม
Jardin	สวน
Lavande	ลาเวนเดอร์
Marjolaine	มาร์โจแรม
Menthe	มินต์
Persil	ผักชีฝรั่ง
Qualité	คุณภาพ
Romarin	โรสแมรี่
Safran	หญ้าฝรั่น
Saveur	รสชาติ
Thym	ไธม์
Vert	เขียว

Ingénierie
วิศวกรรม

Angle	มุม
Axe	แกน
Calcul	การคำนวณ
Construction	การก่อสร้าง
Diagramme	แผนภาพ
Diesel	ดีเซล
Distribution	การกระจาย
Engrenages	เกียร์
Énergie	พลังงาน
Force	แรง
Leviers	คันโยก
Liquide	ของเหลว
Machine	เครื่องจักร
Mesure	การวัด
Moteur	เครื่องยนต์
Profondeur	ความลึก
Propulsion	แรงขับ
Rotation	การหมุน
Stabilité	ความมั่นคง
Structure	โครงสร้าง

Insectes
แมลง

Abeille	ผึ้ง
Cafard	แมลงสาบ
Cigale	จักจั่น
Coccinelle	เต่าทอง
Criquet	ตั๊กแตน
Fourmi	มด
Frelon	แตน
Guêpe	ต่อ
Larve	ตัวอ่อน
Libellule	แมลงปอ
Mante	กงแตนแตน
Moustique	ยุง
Papillon	ผีเสื้อ
Puce	เห็บ
Puceron	เพลี้ย
Sauterelle	ตั๊กแตน
Scarabée	ด้วง
Termite	ปลวก
Ver	หนอน

Instruments de Musique
เครื่องดนตรี

Banjo	แบนโจ
Basson	ปี่บาสซูน
Carillons	ตีระฆัง
Clarinette	คลาริเน็ต
Flûte	ขลุ่ย
Gong	ฆ้อง
Guitare	กีตาร์
Harmonica	ฮาร์โมนิก้า
Harpe	ฮาร์ป
Hautbois	โอโบ
Mandoline	แมนโดลิน
Marimba	มาริมบา
Piano	เปียโน
Saxophone	แซกโซโฟน
Tambour	กลอง
Tambourin	แทมบูรีน
Trombone	ทรอมโบน
Trompette	แตร
Violon	ไวโอลิน
Violoncelle	เชลโล

Jardin
สวนหย่อม

Arbre	ต้นไม้
Banc	ม้านั่ง
Buisson	บุช
Clôture	รั้ว
Étang	บ่อน้ำ
Fleur	ดอกไม้
Garage	โรงรถ
Hamac	เปลญวน
Herbe	หญ้า
Jardin	สวน
Mauvaises Herbes	วัชพืช
Pelle	พลั่ว
Pelouse	สนามหญ้า
Porche	ระเบียง
Râteau	คราด
Sol	ดิน
Terrasse	ชานบ้าน
Trampoline	แทรมโพลีน
Tuyau	ท่อ
Verger	สวนผลไม้

Jazz
แจ๊ส

Album	อัลบั้ม
Artiste	ศิลปิน
Célèbre	มีชื่อเสียง
Chanson	เพลง
Compositeur	นักแต่งเพลง
Composition	ส่วนประกอบ
Concert	คอนเสิร์ต
Favoris	รายการโปรด
Genre	ประเภท
Improvisation	ปฏิภาณโวหาร
Musique	ดนตรี
Nouveau	ใหม่
Orchestre	วงดนตรี
Rythme	จังหวะ
Solo	เดี่ยว
Style	รูปแบบ
Talent	พรสวรรค์
Tambours	กลอง
Technique	เทคนิค
Vieux	แก่

Jours et Mois
วันและเดือน

Août	สิงหาคม
Avril	เมษายน
Calendrier	ปฏิทิน
Dimanche	วันอาทิตย์
Février	กุมภาพันธ์
Janvier	มกราคม
Jeudi	วันพฤหัสบดี
Juillet	กรกฎาคม
Juin	มิถุนายน
Lundi	วันจันทร์
Mardi	วันอังคาร
Mars	มีนาคม
Mercredi	วันพุธ
Mois	เดือน
Novembre	พฤศจิกายน
Octobre	ตุลาคม
Samedi	วันเสาร์
Semaine	สัปดาห์
Septembre	กันยายน
Vendredi	วันศุกร์

L'Entreprise
บริษัท

Affaires	ธุรกิจ
Créatif	สร้างสรรค์
Décision	การตัดสินใจ
Emploi	การจ้างงาน
Global	ทั่วโลก
Industrie	อุตสาหกรรม
Innovant	นวัตกรรม
Investissement	การลงทุน
Possibilité	ความเป็นไปได้
Présentation	การนำเสนอ
Produit	ผลิตภัณฑ์
Professionnel	มืออาชีพ
Progrès	ความคืบหน้า
Qualité	คุณภาพ
Ressources	ทรัพยากร
Revenu	รายได้
Réputation	ชื่อเสียง
Risques	ความเสี่ยง
Salaire	ค่าจ้าง
Unités	หน่วย

Les Abeilles
ผึ้ง

Ailes	ปีก
Bénéfique	เป็นประโยชน์
Cire	ขี้ผึ้ง
Diversité	ความหลากหลาย
Essaim	ฝูง
Écosystème	ระบบนิเวศ
Fleur	ดอก
Fleurs	ดอกไม้
Fruit	ผลไม้
Fumée	ควัน
Habitat	ที่อยู่อาศัย
Insecte	แมลง
Jardin	สวน
Miel	น้ำผึ้ง
Nourriture	อาหาร
Plantes	พืช
Pollen	เรณู
Reine	ควีน
Ruche	รัง
Soleil	ดวงอาทิตย์

Les Médias
สื่อมวลชน

Attitudes	ทัศนคติ
Commercial	โฆษณา
Communication	การสื่อสาร
En Ligne	ออนไลน์
Édition	ฉบับ
Éducation	การศึกษา
Faits	ข้อเท็จจริง
Images	ภาพ
Individuel	รายบุคคล
Industrie	อุตสาหกรรม
Intellectuel	สติปัญญา
Journaux	หนังสือพิมพ์
Local	ท้องถิ่น
Numérique	ดิจิทัล
Opinion	ความเห็น
Photos	ภาพถ่าย
Public	สาธารณะ
Radio	วิทยุ
Réseau	เครือข่าย
Télévision	โทรทัศน์

Légumes
ผักสด

Ail	กระเทียม
Artichaut	อาติโช๊ค
Aubergine	มะเขือ
Brocoli	บรอกโคลี
Carotte	แครอท
Céleri	ขึ้นฉ่าย
Champignon	เห็ด
Citrouille	ฟักทอง
Concombre	แตงกวา
Échalote	หอม
Épinard	ผักโขม
Gingembre	ขิง
Navet	หัวผักกาด
Oignon	หัวหอม
Olive	มะกอก
Persil	ผักชีฝรั่ง
Pois	ถั่ว
Radis	หัวไชเท้า
Salade	สลัด
Tomate	มะเขือเทศ

Littérature
วรรณกรรม

Analogie	อะนาล็อก
Analyse	การวิเคราะห์
Auteur	ผู้เขียน
Biographie	ชีวประวัติ
Conclusion	บทสรุป
Description	ลักษณะ
Dialogue	บทพูด
Genre	ประเภท
Métaphore	คำอุปมา
Narrateur	ผู้บรรยาย
Narratif	เรื่องเล่า
Opinion	ความเห็น
Poème	กลอน
Poétique	บทกวี
Rime	สัมผัส
Roman	นิยาย
Rythme	จังหวะ
Style	รูปแบบ
Thème	ธีม
Tragédie	โศกนาฏกรรม

Livres
หนังสือ

Auteur	ผู้เขียน
Aventure	การผจญภัย
Collection	ชุด
Contexte	บริบท
Dualité	ความเป็นคู่
Écrit	เขียน
Épique	มหากาพย์
Histoire	เรื่องราว
Historique	ประวัติศาสตร์
Humoristique	ตลก
Inventif	ประดิษฐ์
Lecteur	ผู้อ่าน
Littéraire	วรรณกรรม
Narrateur	ผู้บรรยาย
Page	หน้า
Pertinent	ที่เกี่ยวข้อง
Poème	กลอน
Poésie	บทกวี
Roman	นิยาย
Tragique	อนาถ

Maison
บ้าน

Balai	ไม้กวาด
Bibliothèque	ห้องสมุด
Chambre	ห้อง
Cheminée	เตาผิง
Clés	คีย์
Clôture	รั้ว
Cuisine	ครัว
Douche	อาบน้ำ
Fenêtre	หน้าต่าง
Garage	โรงรถ
Grenier	ห้องใต้หลังคา
Jardin	สวน
Lampe	โคมไฟ
Miroir	กระจก
Mur	ผนัง
Plafond	เพดาน
Porte	ประตู
Rideaux	ผ้าม่าน
Tapis	พรม
Toit	หลังคา

Mammifères
สัตว์เลี้ยงลูกด้วยนม

Baleine	วาฬ
Chat	แมว
Cheval	ม้า
Chien	หมา
Coyote	โคโยตี้
Dauphin	ปลาโลมา
Éléphant	ช้าง
Girafe	ยีราฟ
Gorille	กอริลลา
Kangourou	จิงโจ้
Lapin	กระต่าย
Lion	สิงโต
Loup	หมาป่า
Mouton	แกะ
Ours	หมี
Renard	ฟ็อกซ์
Singe	ลิง
Taureau	โค
Tigre	เสือ
Zèbre	ม้าลาย

Mathématiques
คณิตศาสตร์

Angles	มุม
Arithmétique	เลขคณิต
Circonférence	เส้นรอบวง
Degrés	องศา
Décimal	ทศนิยม
Division	แผนก
Exposant	ตัวแทน
Équation	สมการ
Fraction	เศษส่วน
Géométrie	เรขาคณิต
Nombres	หมายเลข
Parallèle	ขนาน
Perpendiculaire	ตั้งฉาก
Périmètre	ขอบ
Rayon	รัศมี
Somme	รวม
Symétrie	สมมาตร
Triangle	สามเหลี่ยม
Volume	ระดับเสียง

Mesures
การวัด

Centimètre	เซนติเมตร
Degré	องศา
Décimal	ทศนิยม
Gramme	กรัม
Hauteur	ความสูง
Kilogramme	กิโลกรัม
Kilomètre	กิโลเมตร
Largeur	ความกว้าง
Litre	ลิตร
Longueur	ความยาว
Masse	มวล
Mètre	เมตร
Minute	นาที
Octet	ไบต์
Once	ออนซ์
Poids	น้ำหนัก
Pouce	นิ้ว
Profondeur	ความลึก
Tonne	ตัน
Volume	ระดับเสียง

Méditation
การทำสมาธิ

Acceptation	การยอมรับ
Attention	ความสนใจ
Calme	สงบ
Clarté	ความชัดเจน
Esprit	ใจ
Émotions	อารมณ์
Éveillé	ตื่น
Gentillesse	ความเมตตา
Gratitude	ความกตัญญู
Habitudes	นิสัย
Mental	จิต
Mouvement	การเคลื่อนไหว
Musique	ดนตรี
Nature	ธรรมชาติ
Observation	การสังเกต
Paix	สันติภาพ
Perspective	มุมมอง
Posture	ท่าทาง
Respiration	การหายใจ
Silence	ความเงียบ

Météo
สภาพอากาศ

Arc-En-Ciel	สายรุ้ง
Atmosphère	บรรยากาศ
Brise	บรีซ
Brouillard	หมอก
Ciel	ท้องฟ้า
Climat	สภาพอากาศ
Glace	น้ำแข็ง
Inondation	น้ำท่วม
Mousson	มรสุม
Nuage	คลาวด์
Ouragan	พายุเฮอริเคน
Polaire	โพลาร์
Sec	แห้ง
Sécheresse	แล้ง
Température	อุณหภูมิ
Tempête	พายุ
Tonnerre	ฟ้าร้อง
Tornade	พายุทอร์นาโด
Tropical	เขตร้อน
Vent	ลม

Musique
ดนตรี

Album	อัลบั้ม
Ballade	บัลลาด
Chanter	ร้องเพลง
Chanteur	นักร้อง
Classique	คลาสสิก
Enregistrement	การบันทึก
Éclectique	ผสมผสาน
Harmonie	ความสามัคคี
Improviser	โอ๊ะโอ่
Instrument	ตราสาร
Lyrique	ลีริคัล
Mélodie	ทำนอง
Microphone	ไมโครโฟน
Musical	ดนตรี
Musicien	นักดนตรี
Opéra	โอเปร่า
Poétique	บทกวี
Rythme	จังหวะ
Rythmique	เป็นจังหวะ

Mythologie
ตำนานเทพนิยาย

Archétype	ต้นแบบ
Catastrophe	ภัยพิบัติ
Comportement	พฤติกรรม
Création	การสร้าง
Créature	สิ่งมีชีวิต
Croyances	ความเชื่อ
Culture	วัฒนธรรม
Éclair	ฟ้าผ่า
Force	แรง
Guerrier	นักรบ
Héros	ฮีโร่
Immortalité	อมตภาพ
Jalousie	ความหึงหวง
Labyrinthe	เขาวงกต
Légende	ตำนาน
Magique	วิเศษ
Monstre	สัตว์ประหลาด
Mortel	ยแร
Tonnerre	ฟ้าร้อง
Vengeance	แก้แค้น

Nature
ธรรมชาติ

Abeilles	ผึ้ง
Abri	ที่หลบภัย
Animaux	สัตว์
Arctique	อาร์กติก
Beauté	ความงาม
Brouillard	หมอก
Désert	ทะเลทราย
Dynamique	พลวัต
Érosion	ร่อน
Falaises	หน้าผา
Feuillage	ใบไม้
Fleuve	แม่น้ำ
Forêt	ป่า
Glacier	ธารน้ำแข็ง
Montagnes	ภูเขา
Nuage	เมฆ
Paisible	สงบ
Serein	นิ่ง
Tropical	เขตร้อน
Vital	สำคัญมาก

Nombres
ตัวเลข

Cinq	ห้า
Deux	สอง
Décimal	ทศนิยม
Dix	สิบ
Dix-Huit	สิบแปด
Dix-Neuf	สิบเก้า
Dix-Sept	สิบเจ็ด
Douze	สิบสอง
Huit	แปด
Neuf	เก้า
Quatorze	สิบสี่
Quatre	สี่
Quinze	สิบห้า
Seize	สิบหก
Sept	เจ็ด
Six	หก
Treize	สิบสาม
Trois	สาม
Vingt	ยี่สิบ
Zéro	ศูนย์

Nourriture #1
อาหาร #1

Abricot	แอปริคอท
Ail	กระเทียม
Basilic	โหระพา
Café	กาแฟ
Cannelle	อบเชย
Carotte	แครอท
Citron	มะนาว
Épinard	ผักโขม
Jus	น้ำผลไม้
Lait	นม
Navet	หัวผักกาด
Oignon	หัวหอม
Orge	บาร์เล่ย์
Poire	ลูกแพร์
Salade	สลัด
Sel	เกลือ
Soupe	ซุป
Sucre	น้ำตาล
Thon	ทูน่า
Viande	เนื้อ

Nourriture #2
อาหาร #2

Amande	อัลมอนด์
Aubergine	มะเขือ
Banane	กล้วย
Blé	ข้าวสาลี
Brocoli	บรอกโคลี
Cerise	เชอร์รี่
Céleri	ขึ้นฉ่าย
Champignon	เห็ด
Chocolat	ช็อคโกแลต
Jambon	แฮม
Kiwi	กีวี่
Mangue	มะม่วง
Oeuf	ไข่
Pain	ขนมปัง
Poisson	ปลา
Pomme	แอปเปิ้ล
Poulet	ไก่
Raisin	องุ่น
Riz	ข้าว
Tomate	มะเขือเทศ

Nutrition
โภชนาการ

Amer	ขม
Appétit	ความกระหาย
Calories	แคลอรี่
Comestible	กินได้
Diète	อาหาร
Digestion	การย่อย
Épices	เครื่องเทศ
Équilibré	สมดุล
Fermentation	การหมัก
Glucides	คาร์โบไฮเดรต
Liquides	ของเหลว
Poids	น้ำหนัก
Protéines	โปรตีน
Qualité	คุณภาพ
Sain	แข็งแรง
Santé	สุขภาพ
Sauce	ซอส
Saveur	รสชาติ
Toxine	พิษ
Vitamine	วิตามิน

Océan
มหาสมุทร

Anguille	ปลาไหล
Baleine	วาฬ
Bateau	เรือ
Corail	ปะการัง
Crabe	ปู
Crevette	กุ้ง
Dauphin	ปลาโลมา
Éponge	ฟองน้ำ
Huître	หอยนางรม
Marées	น้ำขึ้นน้ำลง
Méduse	แมงกะพรุน
Poisson	ปลา
Poulpe	ปลาหมึกยักษ์
Requin	ฉลาม
Récif	ริฟ
Sel	เกลือ
Tempête	พายุ
Thon	ทูน่า
Tortue	เต่า
Vagues	คลื่น

Oiseaux
นก

Aigle	อินทรี
Autruche	นกกระจอกเทศ
Canard	เป็ด
Cigogne	นกกระสา
Colombe	นกพิราบ
Corbeau	อีกา
Coucou	นกกาเหว่า
Cygne	หงส์
Flamant	ฟลามิงโก
Héron	กระสา
Manchot	เพนกวิน
Moineau	กระจอก
Mouette	นางนวล
Oeuf	ไข่
Oie	ห่าน
Paon	นกยูง
Perroquet	นกแก้ว
Pélican	นกกระทุง
Poulet	ไก่
Toucan	ทูแคน

Pays #1
ประเทศ #1

Afghanistan	อัฟกานิสถาน
Allemagne	เยอรมนี
Argentine	อาร์เจนตินา
Brésil	บราซิล
Canada	แคนาดา
Espagne	สเปน
Équateur	เอกวาดอร์
Finlande	ฟินแลนด์
Inde	อินเดีย
Israël	อิสราเอล
Libye	ลิเบีย
Mali	มาลี
Maroc	โมร็อคโค
Nicaragua	นิการากัว
Norvège	นอร์เวย์
Panama	ปานามา
Philippines	ฟิลิปปินส์
Pologne	โปแลนด์
Roumanie	โรมาเนีย
Venezuela	เวเนซุเอลา

Pays #2
ประเทศ #2

Albanie	แอลเบเนีย
Chine	จีน
Danemark	เดนมาร์ก
France	ฝรั่งเศส
Haïti	เฮติ
Indonésie	อินโดนีเซีย
Irlande	ไอร์แลนด์
Jamaïque	จาไมก้า
Japon	ญี่ปุ่น
Kenya	เคนยา
Laos	ลาว
Liban	เลบานอน
Mexique	เม็กซิโก
Ouganda	ยูกันดา
Pakistan	ปากีสถาน
Russie	รัสเซีย
Somalie	โซมาเลีย
Soudan	ซูดาน
Syrie	ซีเรีย
Ukraine	ยูเครน

Paysages
ทิวทัศน์

Cascade	น้ำตก
Colline	เนินเขา
Désert	ทะเลทราย
Estuaire	ปากน้ำ
Fleuve	แม่น้ำ
Geyser	ไกเซอร์
Glacier	ธารน้ำแข็ง
Grotte	ถ้ำ
Iceberg	ภูเขาน้ำแข็ง
Île	เกาะ
Lac	ทะเลสาบ
Marais	บึง
Mer	ทะเล
Montagne	ภูเขา
Oasis	โอเอซิส
Péninsule	คาบสมุทร
Plage	ชายหาด
Toundra	ทุนดรา
Vallée	หุบเขา
Volcan	ภูเขาไฟ

Philanthropie
การกุศล

Besoin	ต้องการ
Buts	เป้าหมาย
Charité	การกุศล
Communauté	ชุมชน
Contacts	ติดต่อ
Défis	ความท้าทาย
Finance	การเงิน
Fonds	กองทุน
Gens	ผู้คน
Générosité	ความเอื้ออาทร
Global	ทั่วโลก
Groupes	กลุ่ม
Histoire	ประวัติศาสตร์
Honnêteté	ความซื่อสัตย์
Humanité	มนุษยชาติ
Jeunesse	เยาวชน
Mission	ภารกิจ
Programmes	โปรแกรม
Public	สาธารณะ

Physique
ฟีสิกส์

Atome	อะตอม
Chaos	ความวุ่นวาย
Chimique	เคมี
Densité	ความหนาแน่น
Expansion	การขยายตัว
Électron	อิเล็กตรอน
Formule	สูตร
Fréquence	ความถี่
Gaz	แก๊ส
Gravité	แรงโน้มถ่วง
Magnétisme	แม่เหล็ก
Masse	มวล
Mécanique	กลศาสตร์
Molécule	โมเลกุล
Moteur	เครื่องยนต์
Nucléaire	นิวเคลียร์
Particule	อนุภาค
Relativité	สัมพัทธภาพ
Universel	สากล
Vitesse	ความเร็ว

Plantes
พืช

Arbre	ต้นไม้
Baie	เบอร์รี่
Bambou	ไม้ไผ่
Botanique	พฤกษศาสตร์
Buisson	บุช
Cactus	กระบองเพชร
Engrais	ปุ๋ย
Feuillage	ใบไม้
Fleur	ดอกไม้
Flore	ฟลอรา
Forêt	ป่า
Grandir	เติบโต
Haricot	ถั่ว
Herbe	หญ้า
Jardin	สวน
Lierre	ไอวี่
Mousse	มอสส์
Pétale	กลีบ
Racine	ราก
Végétation	พืช

Professions #1
วิชาชีพ #1

Ambassadeur	เอกอัครราชทูต
Artiste	ศิลปิน
Astronome	นักดาราศาสตร์
Avocat	ทนายความ
Banquier	นายธนาคาร
Bijoutier	อัญมณี
Chasseur	ฮันเตอร์
Comptable	นักบัญชี
Danseur	นักเต้น
Entraîneur	โค้ช
Éditeur	บรรณาธิการ
Géologue	นักธรณีวิทยา
Infirmière	พยาบาล
Médecin	หมอ
Musicien	นักดนตรี
Pianiste	นักเปียโน
Plombier	ช่างประปา
Pompier	ดับเพลิง
Psychologue	นักจิตวิทยา
Vétérinaire	สัตวแพทย์

Professions #2
วิชาชีพ #2

Astronaute	นักบินอวกาศ
Bibliothécaire	บรรณารักษ์
Biologiste	นักชีววิทยา
Chercheur	นักวิจัย
Chirurgien	ศัลยแพทย์
Dentiste	ทันตแพทย์
Détective	นักสืบ
Enquêteur	ผู้สอบสวน
Enseignant	ครู
Ingénieur	วิศวกร
Inventeur	นักประดิษฐ์
Jardinier	คนสวน
Journaliste	นักข่าว
Linguiste	นักภาษาศาสตร์
Médecin	แพทย์
Peintre	จิตรกร
Philosophe	นักปรัชญา
Photographe	ช่างภาพ
Pilote	นักบิน
Zoologiste	นักสัตววิทยา

Psychologie
จิตวิทยา

Clinique	คลินิก
Comportement	พฤติกรรม
Conflit	ความขัดแย้ง
Ego	อัตตา
Enfance	วัยเด็ก
Expériences	ประสบการณ์
Émotions	อารมณ์
Évaluation	การประเมิน
Idées	ไอเดีย
Inconscient	หมดสติ
Influences	อิทธิพล
Pensées	ความคิด
Perception	การรับรู้
Personnalité	บุคลิกภาพ
Problème	ปัญหา
Rendez-Vous	การนัดหมาย
Réalité	ความเป็นจริง
Rêves	ความฝัน
Subconscient	จิตใต้สำนึก
Thérapie	การบำบัด

Randonnée
เดินป่า

Animaux	สัตว์
Bottes	รองเท้าบูท
Carte	แผนที่
Climat	ภูมิอากาศ
Dangers	อันตราย
Eau	น้ำ
Falaise	หน้าผา
Fatigué	เหนื่อย
Guides	คำแนะนำ
Lourd	หนัก
Météo	สภาพอากาศ
Montagne	ภูเขา
Moustiques	ยุง
Nature	ธรรมชาติ
Orientation	ปฐมนิเทศ
Pierres	หิน
Préparation	การตระเตรียม
Sauvage	ป่า
Soleil	ดวงอาทิตย์

Restaurant #1
ร้านอาหาร #1

Allergie	ภูมิแพ้
Assiette	จาน
Bol	ชาม
Café	กาแฟ
Caissier	แคชเชียร์
Couteau	มีด
Cuisine	ครัว
Dessert	ขนม
Épicé	เผ็ด
Ingrédients	ส่วนผสม
Menu	เมนู
Nourriture	อาหาร
Pain	ขนมปัง
Poulet	ไก่
Réservation	การจอง
Sauce	ซอส
Serveuse	พนักงานเสิร์ฟ
Serviette	ผ้าเช็ดปาก
Viande	เนื้อ

Restaurant #2
ร้านอาหาร #2

Boisson	เครื่องดื่ม
Chaise	เก้าอี้
Cuillère	ช้อน
Déjeuner	อาหารกลางวัน
Délicieux	อร่อย
Dîner	อาหารเย็น
Eau	น้ำ
Épices	เครื่องเทศ
Fourchette	ส้อม
Fruit	ผลไม้
Gâteau	เค้ก
Glace	น้ำแข็ง
Légumes	ผัก
Nouilles	ก๋วยเตี๋ยว
Oeuf	ไข่
Poisson	ปลา
Salade	สลัด
Sel	เกลือ
Serveur	บริกร
Soupe	ซุป

Santé et Bien-Être #1
สุขภาพและสุขภาพ #1

Actif	คล่องแคล่ว
Bactéries	แบคทีเรีย
Blessure	บาดเจ็บ
Clinique	คลินิก
Faim	ความหิว
Fracture	แตกหัก
Habitude	นิสัย
Hauteur	ความสูง
Hormone	ฮอร์โมน
Médecin	หมอ
Médicament	ยา
Muscles	กล้ามเนื้อ
Os	กระดูก
Peau	ผิว
Pharmacie	ร้านขายยา
Posture	ท่าทาง
Réflexe	สะท้อน
Thérapie	การบำบัด
Traitement	การรักษา
Virus	ไวรัส

Santé et Bien-Être #2
สุขภาพและสุขภาพ #2

Allergie	ภูมิแพ้
Appétit	ความกระหาย
Calorie	แคลอรี่
Corps	ร่างกาย
Déshydratation	การคายน้ำ
Diète	อาหาร
Énergie	พลังงาน
Génétique	พันธุศาสตร์
Hôpital	โรงพยาบาล
Hygiène	สุขอนามัย
Infection	การติดเชื้อ
Maladie	โรค
Massage	นวด
Nutrition	โภชนาการ
Poids	น้ำหนัก
Récupération	การกู้คืน
Sain	แข็งแรง
Sang	เลือด
Stress	ความเครียด
Vitamine	วิตามิน

Science
วิทยาศาสตร์

Atome	อะตอม
Chimique	เคมี
Climat	ภูมิอากาศ
Données	ข้อมูล
Expérience	การทดลอง
Évolution	วิวัฒนาการ
Fait	ข้อเท็จจริง
Fossile	ฟอสซิล
Gravité	แรงโน้มถ่วง
Hypothèse	สมมติฐาน
Méthode	วิธี
Minéraux	แร่ธาตุ
Molécules	โมเลกุล
Nature	ธรรมชาติ
Observation	การสังเกต
Organisme	สิ่งมีชีวิต
Particules	อนุภาค
Physique	ฟิสิกส์
Plantes	พืช

Science-Fiction
นิยายวิทยาศาสตร์

Atomique	อะตอม
Cinéma	โรงภาพยนตร์
Dystopie	ดิสโทเปีย
Explosion	การระเบิด
Extrême	สุดขีด
Fantastique	มหัศจรรย์
Feu	ไฟ
Futuriste	อนาคต
Galaxie	กาแลกซี่
Illusion	ภาพลวงตา
Imaginaire	เพ้อฝัน
Livres	หนังสือ
Monde	โลก
Mystérieux	ลึกลับ
Oracle	สิทธิ์
Planète	ดาวเคราะห์
Robots	หุ่นยนต์
Scénario	สถานการณ์
Technologie	เทคโนโลยี
Utopie	ยูโทเปีย

Technologie
เทคโนโลยี

Affichage	แสดง
Blog	บล็อก
Caméra	กล้อง
Curseur	เคอร์เซอร์
Données	ข้อมูล
Écran	หน้าจอ
Fichier	ไฟล์
Internet	อินเทอร์เน็ต
Logiciel	ซอฟต์แวร์
Message	ข้อความ
Navigateur	เบราว์เซอร์
Numérique	ดิจิทัล
Octets	ไบต์
Ordinateur	คอมพิวเตอร์
Police	แบบอักษร
Recherche	วิจัย
Sécurité	ความปลอดภัย
Statistiques	สถิติ
Virtuel	เสมือน
Virus	ไวรัส

Temps
เวลา

Année	ปี
Annuel	ประจำปี
Après	หลังจาก
Avant	ก่อน
Bientôt	ในไม่ช้า
Calendrier	ปฏิทิน
Décennie	ทศวรรษ
Futur	อนาคต
Heure	ชั่วโมง
Hier	เมื่อวาน
Horloge	นาฬิกา
Jour	วัน
Maintenant	ตอนนี้
Matin	เช้า
Midi	เที่ยง
Minute	นาที
Mois	เดือน
Nuit	กลางคืน
Semaine	สัปดาห์
Siècle	ศตวรรษ

Types de Cheveux
ประเภทผม

Argent	เงิน
Blanc	ขาว
Blond	สีบลอนด์
Brillant	เงา
Chauve	หัวล้าน
Coloré	สี
Court	สั้น
Doux	อ่อนนุ่ม
Épais	หนา
Frisé	หยิก
Gris	สีเทา
Long	ยาว
Marron	สีน้ำตาล
Mince	บาง
Noir	สีดำ
Ondulé	หยัก
Sain	แข็งแรง
Sec	แห้ง
Tresses	ถักเปีย
Tressé	ถัก

Univers
จักรวาล

Astronome	นักดาราศาสตร์
Astronomie	ดาราศาสตร์
Atmosphère	บรรยากาศ
Ciel	ท้องฟ้า
Cosmique	ฟ้งดู
Équateur	เส้นศูนย์สูตร
Galaxie	กาแลกซี่
Hémisphère	ซีกโลก
Horizon	ขอบฟ้า
Inclinaison	เอียง
Latitude	ละติจูด
Longitude	เส้นแวง
Lune	ดวงจันทร์
Obscurité	ความมืด
Orbite	วงโคจร
Solaire	แสงอาทิตย์
Solstice	อายัน
Visible	มองเห็นได้
Zodiaque	จักรราศี

Vacances #2
วันหยุด #2

Aéroport	สนามบิน
Carte	แผนที่
Destination	ปลายทาง
Étranger	ชาวต่างชาติ
Hôtel	โรงแรม
Île	เกาะ
Loisir	เวลาว่าง
Mer	ทะเล
Montagnes	ภูเขา
Photos	ภาพถ่าย
Plage	ชายหาด
Restaurant	ร้านอาหาร
Réservations	จอง
Taxi	แท็กซี่
Tente	เต็นท์
Train	รถไฟ
Transport	การขนส่ง
Vacances	วันหยุด
Visa	วีซ่า
Voyage	การเดินทาง

Véhicules
ยานพาหนะ

Ambulance	รถพยาบาล
Avion	เครื่องบิน
Bateau	เรือ
Bus	รถเมล์
Camion	รถบรรทุก
Caravane	คาราวาน
Ferry	เรือข้ามฟาก
Fusée	จรวด
Hélicoptère	เฮลิคอปเตอร์
Métro	รถไฟใต้ดิน
Moteur	เครื่องยนต์
Navette	กระสวย
Pneus	ยาง
Radeau	แพ
Scooter	สกู๊ตเตอร์
Sous-Marin	เรือดำน้ำ
Taxi	แท็กซี่
Tracteur	รถแทรกเตอร์
Vélo	จักรยาน
Voiture	รถ

Vêtements
เสื้อผ้า

Bracelet	สร้อยข้อมือ
Ceinture	เข็มขัด
Chapeau	หมวก
Chaussettes	ถุงเท้า
Chaussure	รองเท้า
Chemise	เสื้อ
Collier	สร้อยคอ
Foulard	ผ้าพันคอ
Gants	ถุงมือ
Jeans	ยีนส์
Jupe	กระโปรง
Manteau	เสื้อโค้ท
Mode	แฟชั่น
Pantalon	กางเกง
Pull	เสื้อคลุม
Pyjama	ชุดนอน
Robe	ชุด
Sandales	รองเท้าแตะ
Tablier	ผ้ากันเปื้อน
Veste	แจ็คเก็ต

Ville
เมือง

Aéroport	สนามบิน
Banque	ธนาคาร
Bibliothèque	ห้องสมุด
Boulangerie	เบเกอรี่
Café	คาเฟ่
Cinéma	โรงภาพยนตร์
Clinique	คลินิก
École	โรงเรียน
Fleuriste	ดอกไม้ดี
Galerie	แกลเลอรี่
Hôtel	โรงแรม
Librairie	ร้านหนังสือ
Marché	ตลาด
Musée	พิพิธภัณฑ์
Pharmacie	ร้านขายยา
Restaurant	ร้านอาหาร
Stade	สนามกีฬา
Théâtre	โรงละคร
Université	มหาวิทยาลัย
Zoo	สวนสัตว์

Félicitations

Vous avez réussi !

Nous espérons que vous avez apprécié ce livre autant que nous avons pris plaisir à le concevoir. Nous faisons de notre mieux pour créer des livres de la meilleure qualité possible.
Cette édition est conçue pour permettre un apprentissage intelligent et de qualité en se divertissant !

Vous avez aimé ce livre ?

Une Simple Demande

Nos livres existent grâce aux avis que vous publiez. Pourriez-vous nous aider en laissant un avis maintenant ?

Voici un lien rapide qui vous mènera à votre page d'évaluation de vos commandes :

BestBooksActivity.com/Avis50

CHALLENGE FINAL !

Défi n°1

Êtes-vous prêt pour votre jeu bonus ? Nous les utilisons tout le temps mais ils ne sont pas si faciles à trouver. Voici les **Synonymes** !

Notez 5 mots que vous avez trouvés dans les puzzles notés ci-dessous (n°21, n°36, n°76) et essayez de trouver 2 synonymes pour chaque mot.

Notez 5 Mots du **Puzzle 21**

Mots	Synonyme 1	Synonyme 2

Notez 5 Mots du **Puzzle 36**

Mots	Synonyme 1	Synonyme 2

Notez 5 Mots du **Puzzle 76**

Mots	Synonyme 1	Synonyme 2

Défi n°2

Maintenant que vous vous êtes échauffé, notez 5 mots que vous avez découverts dans les Puzzles n° 9, n° 17, n° 25 et essayez de trouver 2 antonymes pour chaque mot. Combien pouvez-vous en trouver en 20 minutes ?

Notez 5 Mots du **Puzzle 9**

Mots	Antonyme 1	Antonyme 2

Notez 5 Mots du **Puzzle 17**

Mots	Antonyme 1	Antonyme 2

Notez 5 Mots du **Puzzle 25**

Mots	Antonyme 1	Antonyme 2

Défi n°3

Formidable ! Ce défi final n'est rien pour vous.

Prêt pour le dernier défi ? Choisissez 10 mots que vous avez découverts parmi les différents puzzles et notez-les ci-dessous.

1.	6.
2.	7.
3.	8.
4.	9.
5.	10.

Maintenant, composez un texte en pensant à une personne, un animal ou un lieu que vous aimez !

Astuce: Vous pouvez utiliser la dernière page de ce livre comme brouillon !

Votre Composition :

CARNET DE NOTES :

À TRÈS BIENTÔT !

Toute l'équipe